കുമാരനാശാൻ
കവിതയും ജീവിതവും

kumaranasan
kavithayum jeevithavum

●

rajesh chirappadu

●

first edition
october 2012

●

second edition
february 2017

●

typesetting and published
chintha publishers, thiruvananthapuram

●

●

cover
midas

●

വിതരണം

ദേശാഭിമാനി ബുക്ക് ഹൗസ്

H O തിരുവനന്തപുരം–695 035
phone: 0471-2303026, 6063026
www.chinthapublishers.com
chinthapublishers@gmail.com

ബ്രാഞ്ചുകൾ

ഹെഡ്ഡാഫീസ് ബ്രാഞ്ച് കുന്നുകുഴി • സ്റ്റാച്യു തിരുവനന്തപുരം • കെ എസ് ആർ ടി സി ബസ് സ്റ്റേഷൻ ആലപ്പുഴ • കെ എസ് ആർ ടി സി ബസ് സ്റ്റേഷൻ എറണാകുളം • മച്ചിങ്ങൽ ലെയ്ൻ തൃശൂർ • ഐ ജി റോഡ് കോഴിക്കോട് • മാവൂർ റോഡ് കോഴിക്കോട് • എൻ ജി ഒ യൂണിയൻ ബിൽഡിങ് കണ്ണൂർ • സെൻട്രൽ ബസ് ടെർമിനൽ കോംപ്ലക്സ് താവക്കര കണ്ണൂർ

CR - 1583 / 4090
ISBN - 978-93-82328-38-4

കുമാരനാശാൻ
കവിതയും ജീവിതവും

രാജേഷ് ചിറപ്പാട്

ചിന്ത പബ്ലിഷേഴ്സ്
തിരുവനന്തപുരം-695 035

രാജേഷ് ചിറപ്പാട്

നിരൂപകനും എഴുത്തുകാരനും

കണ്ണൂർ ജില്ലയിലെ ഇരിട്ടിയിൽ ജനനം. അമ്മ: പരേതയായ മേരി സി പി. അച്ഛൻ: ചാക്കോ. ആശാൻ മെമ്മോറിയൽ എൽ പി സ്കൂൾ മട്ടിണി, പെരിങ്കരി ഗവൺമെന്റ് യു പി എസ്, വെളിമാനം സെന്റ് സെബാസ്റ്റ്യൻ ഹൈസ്കൂൾ, മട്ടന്നൂർ പഴശ്ശിരാജ എൻ എസ് എസ് കോളേജ് എന്നിവിട ങ്ങളിൽ വിദ്യാഭ്യാസം. തലശ്ശേരി കേരള സ്കൂൾ ഓഫ് ആർട്സിൽനിന്ന് ചിത്രകല അഭ്യസിച്ചു. *പകൽ, തിരുത്ത്* തുടങ്ങിയ സമാന്തരമാസികകൾ നടത്തി. കവിതാരച നയ്ക്ക് വിദ്യാഭ്യാസകാലത്ത് നിരവധി സമ്മാനങ്ങൾ നേടി യിട്ടുണ്ട്. കേരള ഭാഷാ ഇൻസ്റ്റിറ്റ്യൂട്ടിന്റെ യുവപരിഭാഷ കർക്ക് നൽകുന്ന എം പി കുമാരൻ അവാർഡ് ലഭിച്ചു. ആനുകാലികങ്ങളിൽ നിരൂപണങ്ങൾ, ലേഖനങ്ങൾ എഴു തുന്നു. പ്രസിദ്ധീകരിച്ച കൃതികൾ: *മാംസനിബദ്ധം* (കവി തകൾ), *ദലിത് വർത്തമാനം* (എഡിറ്റർ), *അംബേദ്കർ: ജീവിതം കൃതി ദർശനം,* കുമാരനാശാൻ കവിതയും ജീവി തവും, *പുതുകാലം പുതുകവിതകൾ 2011 ലെ തെരഞ്ഞെ ടുത്ത കവിതകൾ* (എഡിറ്റർ), *പുതുകാലം പുതുകവിത കൾ 2012 ലെ തെരഞ്ഞെടുത്ത കവിതകൾ* (എഡിറ്റർ), *തകഴി വായനയും പുനർവായനയും* (എഡിറ്റർ), *സ്വത്വം വർഗം മൃദുഹിന്ദുത്വം,* യേശു: വിമോചകനും രക്തസാ ക്ഷിയും (എഡിറ്റർ രാജേഷ് കെ എരുമേലിക്കൊപ്പം), കെ ഇ എൻ സംഭാഷണങ്ങൾ (സമാഹരണം പി എസ് പുഴ നാടിനൊപ്പം), എം എഫ് ഹുസൈൻ എന്ന ഇതിഹാസം (സമാഹരണം പി പി സത്യനോടൊപ്പം), *മതമൗലികവാ ദവും ഇന്ത്യൻ മതേതരത്വവും* (പരിഭാഷ).

ഇപ്പോൾ ചിന്ത പബ്ലിഷേഴ്സിൽ സബ് എഡിറ്റർ. കേരള ഭാഷാ ഇൻസ്റ്റിറ്റ്യൂട്ട് ഭരണ സമിതിയംഗം,

ജീവിതപങ്കാളി : വിജില ചിറപ്പാട്
വിലാസം   : എഡിറ്റോറിയൽ വിഭാഗം
                 ചിന്ത പബ്ലിഷേഴ്സ്
                 എ കെ ജി സെന്ററിനു സമീപം
                 തിരുവനന്തപുരം.
ഫോൺ   : 8113904202
email   : rajeshchirappadu@gmail.com

ഉള്ളടക്കം

അക്ഷരമുറയ്ക്കും മുമ്പേ
കുമാരനാശാന്റെ കവിതകൾ
ചൊല്ലി പഠിപ്പിച്ച അച്ചാച്ചന്

ഭാഗം 1

ജീവിതം

1
ബാല്യകാലം

തിരുവനന്തപുരം ജില്ലയിലെ ചിറയിൻകീഴ് താലൂക്കിൽപ്പെട്ട കായി ക്കര എന്ന ഗ്രാമത്തിൽ 1873 ഏപ്രിൽമാസം 12 ന് കുമാരനാശൻ ജനിച്ചു. തൊമ്മൻ വിളാകം എന്നായിരുന്നു വീട്ടുപേർ. പുത്തൻ കടവത്ത് വീട്ടിൽ നാരായണൻ, കാളിയമ്മ എന്ന കൊച്ചുപെണ്ണ് ദമ്പതികളുടെ രണ്ടാമത്തെ മകനായിരുന്നു അദ്ദേഹം. പിതാവിന് കയർ, കൊപ്ര തുടങ്ങിയവയുടെ വ്യാപാരമായിരുന്നു. മലയാളത്തിലും തമിഴിലും അദ്ദേഹത്തിന് പരിജ്ഞാ നമുണ്ടായിരുന്നു. മാതാവ് കൊച്ചുപെണ്ണിന് വിദ്യാഭ്യാസം ലഭിച്ചിരുന്നി ല്ല. എങ്കിലും പുരാണകഥകളെക്കുറിച്ചും കഥാപാത്രങ്ങളെക്കുറിച്ചും അവർക്ക് നല്ല അറിവുണ്ടായിരുന്നു.

ആശാന് കുമാരു എന്നായിരുന്നു അച്ഛനമ്മമാർ പേരിട്ടത്. ആറു സഹോദരന്മാരും രണ്ടു സഹോദരിമാരും കുമാരുവിനുണ്ടായിരുന്നു. കുടും ബാന്തരീക്ഷം തന്റെ സാഹിത്യാഭിരുചികൾക്ക് പ്രോത്സാഹനം നൽകാൻ പോന്നതായിരുന്നു. കെ എൻ കുമാരു എന്ന ഏഴു വയസ്സുകാരൻ ബാലൻ കായിക്കരയിലെ ഒരു എഴുത്താശാന്റെ കുടിപ്പള്ളിക്കുടത്തിൽ വിദ്യ അഭ്യ സിക്കാൻ ചേർന്നു. ഒരു വർഷത്തെ പഠനത്തിനുശേഷം സംസ്കൃത വിദ്യാഭ്യാസത്തിനായി ഉടയാൻകുഴി കൊച്ചുരാമൻ വൈദ്യരുടെ ശിഷ്യത്വം സ്വീകരിച്ചു. *അമരകോശം, സിദ്ധരൂപം, ശ്രീരാമോദന്തം* തുടങ്ങിയ സംസ്കൃതത്തിലെ പ്രാരംഭഗ്രന്ഥങ്ങളും *ശ്രീകൃഷ്ണ വിലാസം, രഘു വംശം, മാഘം* എന്നീ കാവ്യങ്ങളും കുമാരു പഠിച്ചത് ഇവിടെ നിന്നായി രുന്നു. പിന്നീട് വക്കം ഇംഗ്ലീഷ് സ്കൂളിൽ ചേർന്നെങ്കിലും പഠനം തുട രാനായില്ല. അക്കാലത്ത് ആരംഭിച്ച സർക്കാർ സ്കൂളിലായി തുടർന്നുള്ള പഠനം. പഠനത്തിനുശേഷം കുമാരു ആ സ്കൂളിൽ അധ്യാപകനായി ചേർന്നു. ഈ അധ്യാപകന് അന്ന് പതിനഞ്ച് വയസു പോലും തിക ഞ്ഞിരുന്നില്ല. അതുകൊണ്ടു തന്നെ നിയമപ്രകാരം ജോലി ചെയ്യാനുള്ള

പ്രായമാകാത്തതിനാൽ മൂന്നു മാസം മാത്രമാണ് അധ്യപകനായി തുട
രാൻ കഴിഞ്ഞത്.

പിന്നീട് അദ്ദേഹം കായിക്കരയിലെ ഒരു വ്യാപാരിയുടെ കണക്കെ
ഴുത്തുകാരനായി ജോലിനോക്കി. കവിതയുടെ വിതക്കാലത്തിനായി മനസ്സ്
ഉഴുതുമറിക്കപ്പെട്ട കാലമായിരുന്നു അത്. ധാരാളം കൃതികൾ അക്കാലത്ത്
കുമാരു വായിച്ചു തീർത്തു. ശ്ലോകങ്ങളും സമസ്യാപൂരണവുമൊക്കെ
യായിരുന്നു അന്നത്തെ കാവ്യവ്യവഹാരങ്ങൾ. കുമാരു അത്തരത്തിലുള്ള
ചില കാവ്യപരിശ്രമങ്ങൾ നടത്തിയിരുന്നു. കോട്ടയത്തു നിന്നും പ്രസി
ദ്ധീകരിക്കുന്ന *വിദ്യാവിനോദിനി*യിൽ ചിലത് അച്ചടിച്ചു വരികയും
ചെയ്തു. ആദ്യമായി അച്ചടിക്കപ്പെട്ട കവിതയുടെ പേര് *ഒരു ഓണവർണന*
എന്നായിരുന്നു. കുമാരു, കായിക്കര എൻ കുമാരൻ, കെ എൻ കുമാരൻ
തുടങ്ങിയ പേരുകളിലാണ് അന്ന് കവിത എഴുതിയിരുന്നത്.

കണക്കെഴുത്തു ജോലിയിൽ കുമാരു തൃപ്തനായിരുന്നില്ല. പഠന
ത്തിന്റെയും സാഹിത്യത്തിന്റെയും മേഖലകളെ അഗാധമായി സ്നേഹി
ച്ചിരുന്ന കുമാരുവിന്റെ മനസിലാക്കാൻ പിതാവിനു കഴിഞ്ഞിരുന്നു.
അങ്ങനെ വ്യാപാരസ്ഥാപനത്തിലെ ജോലി ഉപേക്ഷിച്ച് പഠനം വീണ്ടും
ആരംഭിച്ചു. മണമ്പൂർ ഗോവിന്ദനാശാനായിരുന്നു ഗുരു. പിന്നീട് ഗുരുവിനെ
അധ്യാപനത്തിൽ സഹായിച്ചുകൊണ്ട് കുറച്ചുകാലം അവിടെ ചെലവഴി
ച്ചു. അക്കാലത്ത് കുമാരു ഏതാനും കൃതികൾ രചിച്ചു. ഈ കൃതികൾ
ഭക്തിപ്രധാനമായിരുന്നു. രാമായണത്തെ ആസ്പദമാക്കിയുള്ള പാട്ടുകളും
ശ്ലോകങ്ങളും, *വള്ളീവിവാഹം* (അമ്മാനപ്പാട്ട്), ഉഷാകല്യാണം (നാടകം),
സുബ്രഹ്മണ്യശതകം (സ്തോത്രം) ഇവയായിരുന്നു അക്കാലത്തെ പ്രധാ
ന കൃതികൾ. കൊടുങ്ങല്ലൂർ കുഞ്ഞിക്കുട്ടൻ തമ്പുരാന്റെ അവതാ
രികയോടെ *സുബ്രഹ്മണ്യശതകം* പുസ്തകമായി പ്രസിദ്ധീകരിച്ചു. കുമാ
രുവിന്റെ ആദ്യ പുസ്തകം. 'കുഞ്ഞിക്കുട്ടൻ തമ്പുരാന്റെ സർട്ടിഫിക്കറ്റ്'
എന്നാണ് തന്റെ പുസ്തകത്തിന്റെ അവതാരികയെക്കുറിച്ച് കുമാരു അന്ന്
അഭിപ്രായപ്പെട്ടത്.

2

ശ്രീനാരായണഗുരുവിനെ
കണ്ടുമുട്ടുന്നു

ശ്രീനാരായണ ഗുരുവിനെ കണ്ടെത്തുന്നതോടെയാണ് കുമാരു വിന്റെ ജീവിതം പ്രകാശമാനമായ വഴിത്തിരിവിലെത്തുന്നത്. 1891 ൽ തന്റെ പതിനേഴാമത്തെ വയസിലാണ് ഈ സംഭവം. ശ്രീനാരായണഗുരുവിന്റെ വ്യക്തിപ്രഭാവത്തിന്റെയും പ്രബോധനങ്ങളുടെയും ഖ്യാതി പടർന്നു തുട ങ്ങുന്ന കാലം. കുമാരുവിന്റെ പിതാവ് നാരായണന്റെ ക്ഷണപ്രകാരം ഗുരു വീട്ടിലെത്തിയപ്പോഴാണ് ചരിത്രപ്രസിദ്ധമായ ആ കുടിക്കാഴ്ച നട ന്നത്. തന്നോടൊപ്പം അരുവിപ്പുറത്തേക്ക് വരാൻ സമ്മതമാണോ എന്ന് ഗുരു കുമാരുവിനോട് ചോദിച്ചു. സമ്മതമാണെന്നായിരുന്നു മറുപടി. അങ്ങനെ മാതാപിതാക്കളുടെ സമ്മതത്തോടെ കുമാരു, ഗുരുവിനോ ടൊപ്പം അരുവിപ്പുറത്തേക്ക് യാത്രയായി. ഈ സമയത്ത് ആശാന്റെ കാവ്യവഴികൾക്ക് പുതിയ ദിശാബോധം നൽകുന്ന ഉപദേശം ഗുരുവിൽനി ന്നുണ്ടായതായി പറയപ്പെടുന്നുണ്ട്. ശൃംഗാരശ്ലോകങ്ങൾ എഴുതരുതെന്ന് കവിയെ ഗുരു ഉപദേശിച്ചുവത്രേ. കുമാരനാശാൻ അക്കാലത്ത് ധാരാളം ശൃംഗാരശ്ലോകങ്ങൾ എഴുതിയിരുന്നു എന്ന് ഇതിന്റെ വെളിച്ചത്തിൽ ചില പണ്ഡിതന്മാർ അനുമാനിക്കുന്നു.

എന്നാൽ ഈ അഭിപ്രായത്തോട് വിയോജിക്കുന്നവരും കുറവല്ല. കാരണം ആശാൻ രചിച്ചു എന്നു പറയപ്പെടുന്ന ഒരു ശൃംഗാര ശ്ലോകവും ഇതുവരെയും കണ്ടെടുത്തിട്ടില്ല. ഭക്തിപ്രധാനമായി രചിക്കപ്പെട്ട കൃതി കൾ കണ്ടു കിട്ടിയിട്ടുമുണ്ട്. അതുകൊണ്ട്, ഗുരു അങ്ങനെ ഒരു ഉപദേശം നൽകിയിട്ടുണ്ടെങ്കിൽ അതിനുള്ളകാരണം മറ്റൊന്നാണ്. വെൺമണിക്ക വികളുടെ ശൃംഗാര ശ്ലോകങ്ങൾക്ക് പ്രചാരം ലഭിച്ചിരുന്ന അക്കാലത്ത് കുമാരനാശാൻ അതിന്റെ സ്വാധീനവലയത്തിൽ പെടാതിരിക്കാനാണ് ഗുരു അങ്ങനെയൊരു ഉപദേശം നൽകിയതെന്ന അഭിപ്രായമാണ്.

പക്ഷേ, കെ എം തരകൻ തന്റെ *A brief history of Malayalam literature* എന്ന ഗ്രന്ഥത്തിൽ (പ്രസാധനം, കേരള സാഹിത്യ അക്കാദമി) ചെറുപ്പകാലത്ത് ആ ശാൻ രതി കവിതകൾ അനായാ സമായി എഴുതിയിരുന്നതായി രേഖപ്പെടുത്തുന്നുണ്ട്. എന്താ യാലും ആശാൻ എഴുതിയ ജീവി തക്കുറിപ്പിൽ swami..... advised me not to write love poems.... എന്ന് കാണാം. ഇതിൽ നിന്ന് ആശാൻ ശൃംഗാരകവിതകൾ എഴുതിയിരുന്നു എന്ന് അനുമാ നിക്കാൻ കഴിയില്ലെങ്കിലും ശ്രീ നാരായണഗുരു അത്തരമൊരു ഉപദേശം കൊടുത്തിരുന്നു എന്നു മനസിലാക്കാം.

ഗുരുവിന്റെ വ്യക്തിത്വത്തോ ടും ആദർശങ്ങളോടും ആശാന്

ഗുരുവിനോടൊപ്പം കുമാരനാശാൻ

അതിരറ്റ പ്രതിപത്തിയുണ്ടായിരുന്നു എന്നതിന്റെ തെളിവായി പുസ്ത കരുപത്തിൽ പ്രസിദ്ധപ്പെടുത്തിയ ആദ്യ കൃതിയായ *സുബ്രഹ്മണ്യശത കത്തിലെ* വരികൾ ഉദാഹരണമായി ചൂണ്ടിക്കാട്ടപ്പെടുന്നു:

അണകവിയുന്നലയാഴിയാഴുമെന്നിൽ
പ്രണയമുദിച്ചു കവിഞ്ഞ പാരവശ്യാൽ
അണികരമേകിയണഞ്ഞിടുന്ന നാരാ–
യണഗുരുനായകനെന്റെ ദൈവമല്ലോ

ശ്രീ നാരായണഗുരുവിനൊപ്പം അരുവിപ്പുറത്ത് എത്തിയ കുമാരു രണ്ട് വർഷം അവിടെ താമസിച്ചു. ധ്യാനത്തിന്റെയും പഠനത്തിന്റെയും അനിർവചനീയമായ അനുഭവങ്ങളിലൂടെയുള്ള സഞ്ചാരകാലമായിരുന്നു അത്. കുമാരനാശാൻ എന്ന മഹാകവിയിലേക്കുള്ള യാത്രയുടെ ആരംഭം. ഗുരുവിനോടൊത്ത് പലനാടുകളും ഇക്കാലയളവിൽ കുമാരു സന്ദർശി ക്കുകയുണ്ടായി. കുമാരുവിന്റെ പ്രതിഭയെ ഗുരു മറ്റാരെക്കാളും നന്നായി മനസിലാക്കിയിരുന്നു. ഇവിടത്തെ വിദ്യാഭ്യാസം മാത്രം പോരാ കുമാരു വിനെന്ന് ഗുരു തീരുമാനിക്കുകയും ബാംഗ്ലൂരിൽ ഉപരിവിദ്യാഭ്യാസത്തി നയയ്ക്കുകയും ചെയ്തു. അവിടത്തെ സംസ്ഥാന സർവീസിൽ ഉയർന്ന ഉദ്യോഗം വഹിച്ചിരുന്ന ഡോ. പൽപ്പുവിന്റെ അടുത്തേക്കാണ് ഗുരു കുമാ രുവിനെ കൊണ്ടുപോയത്.

ഡോ. പൽപ്പുവിന്റെ വീട്ടിൽ താമ
സിച്ചുകൊണ്ടാണ് കുമാരു ഉപരിപഠന
ത്തിനായുള്ള ശ്രമം ആരംഭിച്ചത്.
ശ്രീചാമരാജേന്ദ്ര സംസ്കൃതകോളേ
ജിൽ ചേരാനായിരുന്നു തീരുമാനം. അവി
ടെ പ്രവേശനം ലഭിക്കുന്നതിനുള്ള പരീ
ക്ഷ പാസായെങ്കിലും പിന്നെയും തടസ
ങ്ങൾ ബാക്കിനിന്നു. കാരണം ബ്രാഹ്മണ
രല്ലാത്തവർക്ക് ആ കോളേജിൽ പ്രവേ
ശനം അനുവദിക്കില്ലായിരുന്നു. ജാതിവ്യ
വസ്ഥയുടെ ക്രൂരമുഖം കുമാരു ആഴ
ത്തിൽ തിരിച്ചറിഞ്ഞ സന്ദർഭമായിരുന്നു
അത്. അന്നത്തെ മൈസൂർ ദിവാനായി
രുന്ന സർ ശേഷാദ്രി അയ്യരും ഡോ. പൽ
പ്പുവുമായി ഉണ്ടായിരുന്ന സൗഹൃദമാണ്

ഡോ. പൽപ്പു

രക്ഷയ്ക്കെത്തിയത്. കുമാരുവിനെ കോളേജിൽ പ്രവേശിപ്പിക്കണമെന്ന
പൽപ്പുവിന്റെ ആവശ്യം ദിവാൻ തള്ളിക്കളഞ്ഞില്ല. അങ്ങനെ ശ്രീചാമരാ
ജേന്ദ്ര കോളേജിൽ കുമാരു ന്യായശാസ്ത്ര വിഷയത്തിനു ചേർന്നു.
അതോടൊപ്പം വ്യാകരണവും അലങ്കാരവും ഇംഗ്ലീഷ് ഭാഷയും പഠിക്കാൻ
സമയം കണ്ടെത്തി. ബാംഗ്ലൂരിലെ കോളേജ് വിദ്യാഭ്യാസത്തിൽ കുമാരു
ഉന്നതമായ വിജയം നേടി. മൂന്നു വർഷക്കാലമാണ് അദ്ദേഹം വിദ്യാഭ്യ
ാസത്തിനായി അവിടെ ചെലവഴിച്ചത്. എങ്കിലും പഠനം പൂർത്തിയാക്കി
ബിരുദം നേടാൻ കുമാരുവിന് കഴിഞ്ഞില്ല. ആ സമയത്ത് ബാംഗ്ലൂരിൽ
പ്ലേഗ് പടർന്നു പിടിച്ചതിനാൽ കോളേജ് അടച്ചിട്ടിരുന്നതാണ് കാരണം.
ഡോ. പൽപ്പുവിന് ഇംഗ്ലണ്ടിലേക്ക് പോകേണ്ടിയിരുന്നതിനാൽ കുടും
ബത്തെ നാട്ടിൽ കൊണ്ടുവിടേണ്ടി വന്നു. അവരോടൊപ്പം കുമാരുവും
നാട്ടിലേക്കു തിരിച്ചു. എന്നാൽ സി ഒ കേശവനെപ്പോലുള്ളവർ എഴുതു
ന്നത്, യാഥാസ്ഥിതികരുടെ എതിർപ്പ് മൂലം ആശാന് കോളേജ് പഠനം
തുടരാനായില്ല എന്നാണ്. വീണ്ടും പ്ലേഗ് ബാധയെത്തുടർന്ന് അടച്ചിട്ടി
രുന്ന കോളേജ് തുറന്നപ്പോൾ അവിടെ പഠനം തുടരാൻ അദ്ദേഹം ശ്രമി
ച്ചില്ല.

പിന്നീട് വിദ്യാഭ്യാസത്തിനായി കുമാരു മദ്രാസിലേക്കാണ് പോയ
ത്. അവിടെ ഡോ. പൽപ്പുവിന്റെ സ്നേഹിതനും സഹപാഠിയുമായിരുന്ന
ഡോ. നഞ്ചുണ്ഡ റാവുവിന്റെ കൂടെയായിരുന്നു താമസം. ആറുമാസത്തെ
പഠനത്തിനുശേഷം കുമാരു വിദ്യാഭ്യാസത്തിനായി കൽക്കത്തയിലേക്കു
വണ്ടികയറി. കൽക്കത്തയിലെ വിദ്യാഭ്യാസകാലത്ത് ഡോ. നഞ്ചുണ്ഡ
റാവു ചെറിയ തുക മാസം തോറും അയച്ചു കൊടുക്കാറുണ്ടായിരുന്നു.
ന്യായശാസ്ത്ര പഠനമായിരുന്നു കുമാരു കൽക്കത്തയിലും തുടർന്നത്.
അക്കാലത്ത് അദ്ദേഹം രചിച്ചിരുന്ന സംസ്കൃത ശ്ലോകങ്ങൾ അവിടത്തെ

അധ്യാപകരുടെ പ്രശംസയ്ക്ക് കാരണമായിത്തീർന്നു. പ്രത്യേകിച്ച് താർക്കിക രംഗത്ത് പ്രശസ്തനായിരുന്ന കാമാഖ്യനാഥതർക്കവാഗീശൻ എന്ന അധ്യാപകൻ കുമാരുവിന്റെ കഴിവുകളെ നന്നായി തിരിച്ചറിഞ്ഞി രുന്നു. കേരളത്തിൽ തിരിച്ചെത്തിയതിനുശേഷം കുമാരു തൂലികാനാമ മായി സ്വീകരിച്ചത് ഈ അധ്യാപകന്റെ പേരായിരുന്നു.

കൽക്കത്തയിൽ ചെലവഴിച്ച വർഷങ്ങൾ കുമാരുവിനെ സംബന്ധിച്ച് വളരെ പ്രധാനപ്പെട്ടതായിരുന്നു. അവിടത്തെ വിദ്യാഭ്യാസ കാലത്ത് സർഗ വ്യവഹാരങ്ങളിലും കാഴ്ചപ്പാടുകളിലും പുതിയ ഉൾക്കാഴ്ചകൾ നേടാൻ അദ്ദേഹത്തിനു കഴിഞ്ഞു. ഇംഗ്ലീഷ് പഠനത്തിൽ കാര്യമായ പുരോഗതി യുണ്ടായി. ആംഗലേയ സാഹിത്യത്തിന്റെ ചക്രവാളങ്ങളെ കണ്ടെത്തു വാൻ ഇത് സഹായിച്ചു. വായനയുടെ വിസ്മയലോകത്തേക്ക് കുമാരു നടന്നു കയറി. ബംഗാളിലെ സാഹിത്യത്തിന്റെയും നവോത്ഥാനത്തി ന്റെയും സാമൂഹികാന്തരീക്ഷം കുമാരുവിന്റെ എഴുത്തിനെയും ജീവിത കാഴ്ചപ്പാടുകളെയും സ്വാധീനിച്ചതായി വിലയിരുത്തപ്പെട്ടിട്ടുണ്ട്. പ്രത്യേ കിച്ച്, സ്വാമി വിവേകാനന്ദനും രബീന്ദ്രനാഥടാഗോറും. ഒരു കവിയും സാമൂഹിക വിപ്ലവകാരിയുമായി കുമാരുവിനെ മാറ്റിത്തീർത്തതിൽ കൽക്കത്ത ജീവിതത്തിന് നിർണായകപങ്കുണ്ട് എന്ന് തായാട്ടു ശങ്കര നെപ്പോലുള്ളവർ അഭിപ്രായപ്പെട്ടിട്ടുണ്ട്.[1]

പ്ലേഗിന്റെ രൂപത്തിൽ നിർഭാഗ്യം കൽക്കത്തയിലുമെത്തി. രോഗം പടർന്നു പിടിച്ചതിനാൽ കൽക്കത്തയിലെ കോളേജും അനിശ്ചിത കാല ത്തേക്ക് അടച്ചിടേണ്ടിവന്നു. അതിനാൽ അവിടെയും പഠനം പൂർത്തിയാ ക്കാൻ കുമാരുവിന് കഴിഞ്ഞില്ല. അങ്ങനെ തന്റെ 27-ാം വയസിൽ, 1900 ത്തിൽ അദ്ദേഹം നാട്ടിലേക്ക് തിരിച്ചുപോന്നു.

---

1. ആശാൻ നവോത്ഥാനത്തിന്റെ കവി. തായാട്ടുശങ്കരൻ.

3

കുമാരുവിൽ നിന്ന് കുമാരനാശാനിലേക്ക്

അഞ്ചുവർഷക്കാലമാണ് കുമാരു ഉപരിപഠനത്തിനായി കേരള ത്തിനു പുറത്ത് ചെലവഴിച്ചത്. അതിനുശേഷമുള്ള ഈ തിരിച്ചുവരവ് കുമാരുവിൽനിന്ന് കുമാരനാശാൻ എന്ന കവിയിലേക്കുള്ള വളർച്ചകൂടി യായിരുന്നു. സിലബസിനപ്പുറമുള്ള ഒരുപാട് പാഠങ്ങൾ അദ്ദേഹം മറു നാട്ടിൽ നിന്ന് പഠിച്ചു. തിരികെ എത്തിയതിന്റെ ആദ്യവർഷങ്ങൾ അരുവി പ്പുറത്താണ് ചെലവഴിച്ചത്. സമൂഹത്തിലെ ദുരാചാരങ്ങളും അതിന്റെ ഇരകളായിക്കൊണ്ടിരിക്കുന്ന സ്വസമുദായത്തെക്കുറിച്ചുമെല്ലാം ആശാൻ ചിന്തിച്ചുതുടങ്ങി. നവോത്ഥാനത്തിന്റെ കിരണങ്ങൾ പ്രഭവിതറിത്തുട ങ്ങുന്ന കാലമായിരുന്നു അത്. ശ്രീ. നാരായണഗുരുവിന്റെ നേതൃത്വത്തി ലുള്ള പ്രവർത്തനങ്ങൾ കേരള നവോത്ഥാനത്തിന്റെ പുതിയ ചക്രവാള മായി വികസിച്ചുകൊണ്ടിരിക്കുന്ന കാലഘട്ടം.

കുമാരനാശാൻ ഒരു സംസ്കൃതസ്കൂൾ സ്ഥാപിക്കുകയും കുട്ടി കളെ സംസ്കൃതം പഠിപ്പിക്കാൻ തുടങ്ങുകയും ചെയ്തു. സൗന്ദര്യ ലഹരിയുടെ പരിഭാഷയ്ക്കെഴുതിയ മുഖവുരയിലാണ് ആദ്യമായി ആശാൻ എന്ന് അദ്ദേഹം സ്വയം വിശേഷിപ്പിക്കുന്നത്. എൻ കെ ആശാൻ എന്നാണ് ഈ മുഖവുരയിൽ എഴുതിയിട്ടുള്ളത്. 1901 ജൂണിലാണ് ഈ പരിഭാഷ പ്രസിദ്ധീകരിച്ചത്. അതേ വർഷം തന്നെ പ്രസിദ്ധപ്പെടുത്തിയ *ശിവസ്തോത്രമാല*യുടെ മുഖവുരയിൽ കുമാരു ആശാൻ എന്നാണ് ചേർത്തിട്ടുള്ളത്. ഇത്തരം സ്തോത്രരചനകൾ പിന്നീട് തുടർന്നില്ല.

"സംഘടിച്ചു ശക്തരാകുവിൻ, വിദ്യകൊണ്ട് പ്രബുദ്ധരാകുവിൻ" തുട ങ്ങിയ ശ്രീനാരായണഗുരുവിന്റെ പ്രബോധനങ്ങൾ കേരളത്തിന്റെ മണ്ണിൽ വേരോട്ടമുണ്ടാക്കിത്തുടങ്ങിയകാലം. 1888 ലെ അരുവിപ്പുറം പ്രതിഷ്ഠ യോടെ ഈഴവരടക്കമുള്ള കീഴാളജനത പുതിയ തിരിച്ചറിവുകളിലേക്കും

അവകാശബോധത്തിലേക്കും ഉണർന്നു കഴിഞ്ഞിരുന്നു. ഗുരുവിനെ തങ്ങളുടെ രക്ഷകനും വിമോചകനുമായി കേരളത്തിലെ കീഴാളസമൂഹം പെഞ്ചേറ്റുകയയായിരുന്നു. സവർണഹൈന്ദവതയ്ക്കും ബ്രാഹ്മണ മേധാവിത്വത്തിനുമെതിരെ കീഴാള-ദളിത് സമൂഹത്തിൽ നിന്ന് ഉയർന്നുവന്ന സാമൂഹ്യപരിഷ്കർത്താക്കളുടെ പ്രവർത്തനങ്ങളും പ്രബോധനങ്ങളുമാണ് കേരളനവോത്ഥാനത്തിന്റെ തിളങ്ങുന്ന അധ്യായങ്ങൾ രചിച്ചത്. ശ്രീനാരായണഗുരു, അയ്യൻകാളി, പൊയ്കയിൽ യോഹന്നാൻ തുടങ്ങിയവർ ജാതിവ്യവസ്ഥയുടെ ഇരകളായ അധഃസ്ഥിത ജനതയുടെ അറിവിനും അവകാശത്തിനും വേണ്ടി പോരാടി. അടിമത്തത്തേക്കാൾ ദയനീയമായ അസ്പൃശ്യതയുടെ ദുരിതാനുഭവങ്ങൾമാത്രമാണ് ഈ ജനത നേരിട്ടത്.

ശ്രീനാരായണഗുരുവിന്റെ പ്രവർത്തനങ്ങളിൽ കുമാരനാശാൻ സജീവമായി പങ്കെടുക്കാൻ തുടങ്ങി. ഡോ. പൽപ്പുവും സജീവമായി സാമൂഹിക പരിഷ്കരണരംഗത്തുണ്ടായിരുന്നു. 1889 ൽ രൂപീകരിക്കപ്പെട്ട അരുവിപ്പുറം ക്ഷേത്രയോഗം എന്ന സംഘടനയെ വിപുലീകരിക്കണമെന്ന അഭിപ്രായം ഉയർന്നു വന്നു. അതിന്റെ അടിസ്ഥാനത്തിൽ 1902 ൽ തിരുവനന്തപുരം ജില്ലയിൽ കുന്നുകുഴിയിൽ സമുദായ നേതാക്കളുടെ ഒരു യോഗം ആശാൻ വിളിച്ചു ചേർത്തു. ഈ യോഗത്തിൽ വച്ചാണ് അരുവിപ്പുറം ക്ഷേത്രയോഗത്തെ 'ശ്രീനാരായണ ധർമ പരിപാലന യോഗ'മാക്കി മാറ്റി രജിസ്റ്റർ ചെയ്യണമെന്നുള്ള തീരുമാനം പാസാക്കപ്പെടുന്നത്. 1903 മെയ് മാസത്തിൽ ശ്രീനാരായണ ധർമപരിപാലനയോഗം രജിസ്റ്റർ ചെയ്യപ്പെട്ടു. യോഗാധ്യക്ഷനായി ശ്രീനാരായണഗുരുവും ഉപാധ്യക്ഷനായി ഡോ. പൽപ്പുവും നിയോഗിക്കപ്പെട്ടു. കുമാരനാശാനെ ധർമപരിപാലന യോഗത്തിന്റെ സെക്രട്ടറിയായി തെരഞ്ഞെടുത്തു.

നവോത്ഥാന ചരിത്രത്തിലെ തിളങ്ങുന്ന മുഹൂർത്തമായിരുന്നു അത്. കവിയും പണ്ഡിതനുമായ ആശാന് തീർത്തും അർഹമായ പദവി. ജനറൽ സെക്രട്ടറി എന്നനിലയിൽ ആശാൻ അനുഭവിച്ച ത്യാഗങ്ങൾ വിവരണാതീതമായിരുന്നു. സാമൂഹികമാറ്റത്തിന് പ്രേരണയായി പ്രവർത്തിക്കുന്ന ഒരു സംഘടന എന്ന നിലയ്ക്ക് വലിയ ഉത്തരവാദിത്വങ്ങൾ സംഘടനയ്ക്കുണ്ടായിരുന്നു. ജാതിവ്യവസ്ഥ സൃഷ്ടിച്ച അനാചാരങ്ങളിലും അസ്പൃശ്യതകളിലും സ്വസമുദായവും മറ്റ് അധഃസ്ഥിത സമൂഹങ്ങളും പ്രതികരിക്കാൻപോലുമാവാതെ ഞെരിഞ്ഞമരുന്ന സാമൂഹിക സാഹചര്യത്തിലാണ് യോഗം പ്രവർത്തിക്കേണ്ടത്. അതുകൊണ്ടുതന്നെ ബഹുമുഖമായ കർത്തവ്യങ്ങൾ യോഗത്തിന് ഏറ്റെടുക്കേണ്ടതുണ്ടായിരുന്നു. സ്വസമുദായത്തെ ആത്മാഭിമാനമുള്ളവരാക്കിത്തീർക്കുക തങ്ങൾക്കുനേരെയുള്ള അനീതികളെ സംഘടിതമായി ചെറുക്കാനുള്ള ആത്മവിശ്വാസവും പ്രേരണയും നൽകുക, സമൂഹത്തിലെ തിന്മകൾക്കും അനാചാരങ്ങൾക്കും എതിരെ പൊതുവായി പോരാടുക- ഇത്തരം പ്രവർത്തനങ്ങളുടെ നേതൃത്വം ഫലപ്രദമായി ഏറ്റെടുത്തു മുന്നോട്ടുകൊണ്ടുപോകാൻ യോഗത്തിനും കുമാരനാശാനും കഴിഞ്ഞിരുന്നു.

കുമാരനാശാന്റെ കൈപ്പട

1905 ഓടുകൂടി ഡോ. പൽപ്പുവിന് യോഗത്തിന്റെ പ്രവർത്തനങ്ങ ളിൽ സജീവമാകാൻ കഴിഞ്ഞിരുന്നില്ല. അതുകൊണ്ടുതന്നെ ആശാന്റെ ഉത്തരവാദിത്വം വർധിച്ചു. കാളവണ്ടിയിലും ബോട്ടിലും വള്ളത്തിലും കാൽനടയായും സഞ്ചരിച്ച് അദ്ദേഹം സംഘടനാപ്രവർത്തനങ്ങൾക്കായി നാടിന്റെ വിവിധ ഭാഗങ്ങളിൽ എത്തിച്ചേർന്നു. സമുദായത്തിലെ വിദ്യാർഥി കളുടെ വിദ്യാഭ്യാസകാര്യത്തിൽ ആശാൻ സവിശേഷ ശ്രദ്ധപതിപ്പിച്ചു. സമുദായത്തിലെയും സമൂഹത്തിലെയും പലവിധത്തിലുള്ള അനാചാര ങ്ങൾക്കെതിരെയും അദ്ദേഹം അവിശ്രമം പോരാടി. വിദ്യാഭ്യാത്തിലൂടെയും ഉദ്യോഗസമ്പാദനത്തിലൂടെയും വ്യവസായസംരംഭങ്ങളിലൂടെയും സാമ്പ ത്തികമായും സാമൂഹികമായും ഉയർച്ചനേടണമെന്ന് എസ് എൻ ഡി പി യോഗം സമുദായത്തെ പ്രബോധിപ്പിച്ചു. ഈ വിഷയത്തിൽ ആശാൻ പ്രസംഗങ്ങൾ നടത്തുകയും പ്രമേയങ്ങൾ അവതരിപ്പിക്കുകയും ലേഖ നങ്ങൾ എഴുതുകയും അത് പ്രായോഗികമാക്കാനുള്ള മാർഗങ്ങൾ ആവി ഷ്കരിക്കുകയും ചെയ്തു. 1905 ഏപ്രിൽ മാസത്തിൽ കൊല്ലത്തും 1907 മാർച്ചിൽ കണ്ണൂരിലും നടത്തിയ വ്യവസായപ്രദർശനം ഇതിനുദാഹര ണമാണ്. കേരളത്തിലാദ്യമായാണ് ഇത്തരത്തിലുള്ള ഒരു പ്രദർശനം നട ത്തപ്പെടുന്നത് എന്നത് പ്രത്യേകം പ്രസ്താവ്യമാണ്.

ആശാന്റെ വിദ്യാഭ്യസവിഷയത്തിലുള്ള ഇടപെടൽ വലിയ പ്രതിഫല നങ്ങളുണ്ടാക്കി. വിദ്യാഭ്യാസം നിഷേധിക്കപ്പെട്ടിരുന്ന നിരവധി വിദ്യാർഥി കൾക്ക് സ്കൂൾ പ്രവേശനം ലഭിച്ചു. സവർണർ ഇത്തരം പ്രവർത്ത നങ്ങളിൽ അസഹിഷ്ണുത പ്രകടിപ്പിച്ചു. കീഴാളജനതയുടെ സാമൂഹി കമായ മുന്നേറ്റങ്ങൾ തങ്ങളുടെ മേൽക്കോയ്മകളെ കടപുഴക്കുമെന്ന്

അവർക്ക് മനസിലായി. നൂറ്റാണ്ടുകളായി തങ്ങൾ അടിച്ചമർത്തി ഭരിച്ചു കൊണ്ടിരുന്ന ജനത അടിമത്തത്തിന്റെ ചങ്ങലകൾ സ്വയം പൊട്ടിച്ചെറി യുകയാണ്. ജാതിക്കോട്ടകൾ തകർത്ത് മനുഷ്യൻ മനുഷ്യനെ തിരിച്ചറി യുന്ന ഒരു കാലത്തിന്റെ നാന്ദി കുറിക്കപ്പെടുകയാണ്. ഇത് സവർണ ഹിന്ദുക്കളുടെ ഉറക്കം കെടുത്തി. കീഴാളജനതയുടെ എല്ലാത്തരത്തിലു മുള്ള പുരോഗമന പ്രവർത്തനങ്ങൾക്കുമെതിരെ അവർ കായികമായി സംഘടിക്കാൻ തുടങ്ങി. കൊല്ലത്തും പരിസരപ്രദേശങ്ങളിലും നടന്ന നായർ–ഈഴവ കലാപങ്ങൾ അതിനു തെളിവാണ്.

ആശാന്റെ നേതൃത്വത്തിലുള്ള എസ് എൻ ഡി പി യോഗം അക്കാലത്ത് സ്വസമുദായത്തിന്റെ കാര്യങ്ങളിൽ മാത്രമല്ല ശ്രദ്ധവച്ചിരു ന്നത്. പുലയർ മുതലായ പിന്നോക്കം നിൽക്കുന്ന ജാതിക്കാരുടെ ഉന്നമ നത്തിൽ നമുക്ക് അനുകമ്പയും താൽപ്പര്യവും ഉണ്ടാകണമെന്ന് 1911 ലെ ഒരു യോഗവാർഷികത്തിലെ പ്രമേയത്തിൽ രേഖപ്പെടുത്തപ്പെട്ടിട്ടുണ്ട്. അയ്യൻകാളിയെപ്പോലുള്ള ധീരനായ സാമൂഹിക വിപ്ലവകാരികൾക്ക് യോഗപ്രവർത്തനങ്ങൾ പ്രചോദനമേകിയിട്ടുണ്ട്.

ഇത്തരം പ്രവർത്തനങ്ങൾ പോലെതന്നെ സംഘടനയുടെ വാർഷി കങ്ങൾ വിപുലമായി ആഘോഷിക്കുന്നതിലും ആശാൻ പ്രത്യേകം ശ്രദ്ധപുലർത്തിയിരുന്നു. സ്വന്തം സമുദായത്തിൽനിന്നു മാത്രമല്ല, മറ്റ് വിവിധ സമുദായങ്ങളിൽനിന്നും പ്രമുഖ വ്യക്തികളെ ഈ ആഘോഷിച്ച ടങ്ങുകളിൽ പങ്കെടുപ്പിച്ചിരുന്നു. ആശാന്റെ പ്രവർത്തനകാലത്താണ് വർക്കല ശിവഗിരിയിൽ ശാരദാമഠം സ്ഥാപിക്കുന്നത്.

4
വിവേകോദയത്തിന്റെ പത്രാധിപർ

സംഘടനാപ്രവർത്തനങ്ങളുടെ തിരക്കുകൾക്കിടയിൽ തന്നെയാണ് തന്റെ കാവ്യജീവിതത്തെയും ആശാൻ ചേർത്തുപിടിക്കുന്നത്. സർഗാ ത്മകതയുടെ ആ വസന്തകാലം മലയാളകാവ്യ ചരിത്രത്തിന്റെ വഴിത്തി രിവായിരുന്നു. കാലത്തെ അതിജീവിച്ച ആശാൻ കവിതകളെക്കുറിച്ച് തുടർന്നുള്ള അധ്യായങ്ങളിൽ വിശദമാക്കുന്നുണ്ട്.

1904 ൽ യോഗത്തിന്റെ മുഖപത്രമായി *വിവേകോദയം* എന്ന പേരിൽ ഒരു പ്രസിദ്ധീകരണം ആരംഭിക്കുകയുണ്ടായി. കുമാരനാശാനായിരുന്നു പത്രാധിപർ. പതിനഞ്ചു വർഷക്കാലം അദ്ദേഹം ആ സ്ഥാനത്ത് തുടർന്നു. സമൂഹത്തിലെ ദുരാചാരങ്ങളെ *വിവേകോദയം* നിശിതമായി വിമർശിച്ചു. അതോടൊപ്പം സാഹിത്യരംഗത്തെ പുതിയ പ്രവണതകളെയും പ്രോത്സാ ഹിപ്പിച്ചിരുന്നു.

വിവേകോദയം തുടക്കത്തിൽ ദ്വൈമാസികയായാണ് ആരംഭിച്ചത്. അടുത്തവർഷം മാസികയായി. മാസികയുടെ ഉദ്ദേശ്യലക്ഷ്യങ്ങളെക്കുറിച്ച് വിവേകോദയത്തിന്റെ ആദ്യ ലക്കത്തിൽ ആശാൻ എഴുതുന്നു:

സമുദായത്തിന്റെ യോഗക്ഷേമങ്ങൾക്കു പൊതുവിൽ ഗുണപ്രദങ്ങ ളായ മാർഗങ്ങളെ വിവേകപൂർവം ഉപദേശിക്കുകയും ദോഷകര ങ്ങളായവയെ ന്യായമായി ചൂണ്ടിക്കാണിക്കുകയും ആചാര പരി ഷ്കാരണാദികളിൽ ദൂരസ്ഥന്മാരായ സമുദായാംഗങ്ങൾക്കു തമ്മിൽ ഏക മതാനുവർത്തിത്വം, പരസ്പര സഹായ്യകാരണം ഇവയെപ്പറ്റി സാമാന്യമായും സവിശേഷമായും ഉപന്യസിക്കുകയും ഐക്യമ ത്യം, സമുദായസ്നേഹം, ഭക്തി, സദാചാരം ഇവയെ വർധിപ്പിക്കു ന്നതിനായി സമുദായത്തെ വേണ്ടപോലെ ഗുണദോഷിക്കുകയും

കുമാരനാശാൻ

മറ്റും ചെയ്യുന്നതിന് യോഗത്തിന്റെ ശക്തിമത്തായ ഒരു വാഗീന്ദ്രി യമായിരിക്കുക.[1]

ആശാന്റെ പത്രാധിപത്യം തന്നെയായിരുന്നു വിവേകോദയത്തെ ശ്രദ്ധേയമാക്കിയത്. ആശാന്റെ മുഖപ്രസംഗങ്ങളും ലേഖനങ്ങളും അക്കാലത്ത് ഏറെ സംവാദങ്ങളും ചർച്ചകളും ഉയർത്തി. അന്നത്തെ ചില സംവാദവിഷയങ്ങളെക്കുറിച്ച് ആശാൻ വിവേകോദയത്തിലെഴുതുകയു ണ്ടായി. 'ജാതി നിർണയ വകുപ്പും കൊച്ചിയിലെ ഈഴവരും' എന്ന വിഷ യത്തെക്കുറിച്ച് *രസികരഞ്ജിനി* മാസികയുമായുണ്ടായ സംവാദം അതിൽ പ്രധാനമാണ്. മതം, വിദ്യാഭ്യാസം, ശാസ്ത്രം, വ്യവസായം, രാഷ്ട്രീയം തുടങ്ങി വിവിധ വിഷയത്തെക്കുറിച്ചും ആശാൻ മാസികയിലെഴുതി.

ആശാന്റെ പത്രാധിപത്യത്തിൽ 13 വർഷം *വിവേകോദയം* മുടങ്ങാതെ ഇറങ്ങി. 1919 ൽ യോഗത്തിന്റെ ജനറൽ സെക്രട്ടറി സ്ഥാനം ഒഴിഞ്ഞതി നുശേഷം കൊച്ചി ചെറായി വിജ്ഞാനവർധിനി സഭയുടെ മുഖപത്രമായ *പ്രതിഭയുടെ* പത്രാധിപസ്ഥാനം ഏറ്റെടുക്കാനുള്ള ക്ഷണം കുമാരനാ ശാൻ സ്വീകരിക്കുകയുണ്ടായി. അദ്ദേഹം അന്ന് ആലുവയിലാണ് താമ സിക്കുന്നത്. *വിവേകോദയത്തിൽ* നിന്ന് വ്യത്യസ്തമായി *പ്രതിഭയിലെ* ആശാന്റെ ലേഖനങ്ങൾ കർക്കശമായിരുന്നെന്നു കാണാം. കൊച്ചി നായർ

---

1.   *കുമാരനാശാൻ*, കെ അശോകൻ ഉദ്ധരിച്ചത്

റഗുലേഷനെക്കുറിച്ചുള്ള അദ്ദേഹത്തിന്റെ ലേഖനം അതിനുദാഹരണമാ
ണ്. നായർ സമുദായത്തിന്റെ രക്ഷയ്ക്കായി കെട്ടപ്പെട്ട ഈ പുതിയ കോട്ട
യുടെ മൂലക്കല്ലുകളിലും ചുവരുകളിലും അടിച്ച് സുഖനിദ്രയ്ക്കായി അല
ഞ്ഞുതിരിയുന്ന ഉറക്കംതൂങ്ങി നമ്പൂതിരിമാർ ചെകിടും തലയും പൊട്ടി
ക്കുമെന്നത് സംഭവ്യമാണ്. (പ്രതിഭ, പുസ്തകം–1, ലക്കം 8, 1920 ജൂലായ്)[1].
അതുപോലെ തന്നെ 1920-ൽ തൃശൂരിൽ ചേർന്ന ഈഴവരുടെ യോഗ
ത്തിൽ തീണ്ടൽ നിർത്താൻ കൊച്ചി വലിയകോയിതമ്പുരാനെ മുഖം
കാണിച്ച് പരാതിപറയാൻ ഒരു ഡപ്യൂട്ടേഷനെ നിയമിക്കാൻ തീരുമാനി
ച്ചു. ആശാൻ ഇതിൽ പ്രകോപിതനാവുകയും *പ്രതിഭയിൽ* അതിനെതിരെ
ശക്തമായി പ്രതികരിക്കുകയും ചെയ്തു.

അദ്ദേഹം എഴുതുന്നു:

വലിയതമ്പുരാൻ നാം ഇതിനെക്കുറിച്ചാലോചിക്കും എന്നരുളിച്ചെ
യ്യുന്നതും കേട്ടു മടങ്ങിവരുന്നതായാൽ അതിനു യാതൊരർഥവു
മില്ല. ഹർജ്ജിയുടെയും മംഗളപത്രത്തിന്റെയും ഡെപ്യൂട്ടേഷ
ന്റെയും കാലം ഇനിയും കഴിഞ്ഞുപോയിട്ടില്ലെന്നു തീയ്യർ വിചാ
രിക്കുന്നുണ്ടെങ്കിൽ, അവർക്ക് വേണ്ടത് പ്രവർത്തിക്കാനുള്ള
പ്രാപ്തിയും ധൈര്യവും ഇനിയും ഉണ്ടായിട്ടില്ലെന്നാണ് സാരം.
തീയ്യരെ പബ്ലിക് റോഡിൽ നിന്ന് ആട്ടി ഓടിക്കുമെന്നു പറയുന്ന
ജാതിക്കാരോടു യാതൊരുവിധത്തിലും സഹകരിക്കുകയില്ലെ
ന്നാണ് തീയ്യർ ഉറയ്ക്കേണ്ടത്. കൊച്ചി സർക്കാരിൽ നിന്നു
തീണ്ടൽ നിർത്തൽ ചെയ്യുന്നല്ലെങ്കിൽ ഈ ആയുധം പ്രയോഗി
ക്കുമെന്ന് വലിയതമ്പുരാനെ അറിയിക്കാനാണ് ഡെപ്യൂട്ടേഷൻ
ചെല്ലുന്നതെങ്കിൽ അതിന് അർത്ഥമുണ്ട്. അതിന് വല്ലവരും ഒരു
ക്കമുണ്ടോ? (*പ്രതിഭ, പുസ്തകം,1 ലക്കം,10,1929*)

തന്റെ പ്രവർത്തനങ്ങളിൽ നിന്നുള്ള അനുഭവങ്ങളാവാം ആശാൻ
ഇങ്ങനെ എഴുതാൻ കാരണം. സമൂഹവും അതിനെ ചുഴ്ന്നു നിൽക്കുന്ന
അനാചാരങ്ങളും മാറേണ്ടതാണെന്ന ബോധമാണ് ആശാനെ എക്കാ
ലത്തും നയിച്ചത്.

---

1.   *കുമാരനാശാൻ,* കെ അശോകൻ ഉദ്ധരിച്ചത്

5
കുടുംബജീവിതം

ആയിരത്തൊള്ളായിരത്തി പതിനേഴ് ആഗസ്തിൽ തന്റെ 45-ാം വയസിലാണ് കുമാരനാശാൻ വിവാഹിതനാവുന്നത്. ഈ വിവാഹം ചില വിവാദങ്ങൾ ഉയർത്തിവിടാതിരുന്നില്ല. അതിന് നിരവധികാരണങ്ങളുണ്ടാ യിരുന്നു. *കുമാരനാശാൻ* എന്ന പുസ്തകത്തിൽ(പ്രസാധനം,കേരള ഹിസ്റ്ററി അസോസിയേഷൻ, എറണാകുളം,1982) കെ അശോകൻ എഴു തുന്നു:

വിവാഹം വ്യക്തികളെ സംബന്ധിച്ച കാര്യമാണ്. ഉഭയസമ്മത മാണ് സർവസമ്മതമല്ല അതിനാവശ്യം. സാധാരണഗതിയിൽ സമു ദായം അതിൽ കൈകടത്തേണ്ടതില്ല. എന്നാൽ സാമൂഹികക്രമ ങ്ങളും കീഴ്നടപ്പുകളും വിലംഘിക്കപ്പെടുമ്പോൾ സമൂഹം കണ്ണുംപൂട്ടി നിന്നു എന്നുവരില്ല. കുമാരനാശാന്റെ വിവാഹം ഇപ്പ റഞ്ഞ ഏതെങ്കിലും പ്രകാരത്തിൽ സമൂഹശ്രദ്ധയാകർഷിക്കേണ്ട തായിരുന്നില്ല. എന്നിട്ടും അത് ശ്രദ്ധയാകർഷിക്കുകതന്നെചെയ്തു. അതിലേക്ക് കാരണങ്ങൾ പലതുണ്ടായിരുന്നു. ഒന്നാമത് ആശാൻ വെറുമൊരു വ്യക്തി എന്നതിലുപരി ശ്രീനാരായണ ശിഷ്യരിൽ പ്രഥ മസ്ഥാനീയനും ശ്രീനാരായണ ധർമപരിപാലനയോഗം ജനറൽ സെക്രട്ടറിയും ശ്രീമൂലം പ്രജാസഭാംഗവും മഹാകവിയും മറ്റുമാ യതിനാൽ ദാമ്പത്യജീവിത പ്രവേശംമൂലം അദ്ദേഹത്തിന്റെ വില പ്പെട്ട സേവനം സമൂഹത്തിനു നഷ്ടപ്പെടും എന്ന ആശങ്ക പലരും പ്രകടിപ്പിച്ചു. സമൂഹത്തിന്റെ പൊതുസ്വത്തായ ഒരു മഹാശയനെ കുടുംബത്തിന്റെ പരിമിതവലയത്തിൽ ഒതുക്കുന്ന നടപടിയായും ഈ വിവാഹത്തെ വീക്ഷിച്ചവരുണ്ടായിരുന്നു. നാൽപ്പത്തഞ്ചു വയ സോളം പ്രായവും പതിനഞ്ചുവർഷക്കാലത്തെ ജനസേവന ചരി

ത്രവുമുള്ള കുമാരനാശാൻ വിവാഹിതനാവില്ല എന്നു കരുതിയി
രുന്നവരുടെയായിരുന്നു ഈ പ്രതികരണങ്ങൾ.

കുമാരനാശാന്റെ പ്രവർത്തനങ്ങളിൽ അസഹിഷ്ണുത പുലർത്തി
യവർക്കും അസൂയാലുക്കൾക്കും ആശാനെ വിമർശിക്കാനുള്ള ഒരവസ
രമായിരുന്നു ഇത്. ആശാന്റേത് പ്രണയവിവാഹമായിരുന്നു. അതും അക്കാ
ലത്ത് വിവാദങ്ങൾ ക്ഷണിച്ചുവരുത്തി. ഡോ.പല്പ്പുവിന്റെ ഇളയച്ഛനായ
തച്ചക്കുടിയിൽ കുമാരു റൈറ്ററുടെ മകളായ ഭാനുമതിയായിരുന്നു വധു.
ഭാനുമതിയെ ആശാൻ സംസ്കൃതം പഠിപ്പിച്ചുകൊണ്ടിരിക്കുന്ന അവസ
രത്തിലാണ് അവർ പ്രണയബദ്ധരായത്. അന്ന് ഭാനുമതിക്ക് 17 വയസാ
യിരുന്നു പ്രായം. ആശാനാകട്ടെ 45 വയസും. പ്രായത്തിലുള്ള ഈ
അന്തരം സ്വസമുദായത്തിൽനിന്നും എതിർപ്പുകളുണ്ടാക്കി. വിവാഹത്തെ
ക്കുറിച്ച് പല കേന്ദ്രങ്ങളിൽനിന്നും കടുത്ത എതിർപ്പുകൾ ഉയർന്നുവ
ന്നെങ്കിലും ആശാൻ പതറിയില്ല. അദ്ദേഹം ഇങ്ങനെ അഭിപ്രായപ്പെട്ടു:

എന്റെ ജീവിതം എന്റെ വകയാണ്. മറ്റുള്ളവർക്ക് ഉപദ്രവകരമ
ല്ലാത്ത രീതിയിൽ എന്റെ ഉത്തമ താൽപ്പര്യങ്ങളെ പരിരക്ഷിക്കാനും
എല്ലാ കഴിവുകളെയും വികസിപ്പിച്ച് ഒരു പൂർണജീവിതം നയി
ക്കാനുമുള്ള അവകാശം എനിക്കുണ്ട്. വൈവാഹിക ജീവിതം
കൊണ്ട് എന്റെ കവിതാവാസനകൾക്ക് പരിപുഷ്ടിമാത്രമേ ഉണ്ടാ
വുകയുള്ളൂ. ജീവിതത്തിന്റെ ഈ വശം ഞാൻ കണ്ടിട്ടുള്ളതല്ല.
ഉത്തമനായ ഒരു കവി ആയിരിക്കണമെങ്കിൽ ജീവിതത്തിന്റെ
എല്ലാ വശങ്ങളും കണ്ടിരിക്കണം. നാൽപ്പത്തഞ്ചിനുതാഴെയുള്ള
ഈ പ്രായം ഒരു വയസായി ഞാൻ കരുതുന്നതേയില്ല. ജാതക
ത്തിലല്ല വയസിരിക്കുന്നത്. (*കുമാരനാശാൻ, ചില സ്മരണകൾ.
ഐ സദാശിവൻ*)

താൻ വിവാഹിതനാകാൻ പോകുന്ന വിവരം ഡോ. പല്പ്പുവിനെ
ആശാൻ അറിയിച്ചിരുന്നു. അതുപോലെ തന്നെ ശ്രീനാരായണ ഗുരുവി
നെയും അറിയിച്ച് അനുമതി നേടി. 1917 ആഗസ്തിൽ വിവാഹത്തിന്റെ
പത്തുദിവസം മുമ്പേ സംസ്കൃത ശ്ലോകങ്ങളിലൂടെയാണ് ആശാൻ ഗുരു
വിനെ വിവാഹക്കാര്യം അറിയിക്കുന്നത്. അതിന്റെ പ്രധാന ഭാഗങ്ങളുടെ
മലയാളപരിഭാഷ ഇപ്രകാരമായിരുന്നു:

.....ഞാൻ ആത്മാവിന്റെ വിലമതിക്കാനാവാത്ത വിശുദ്ധി ആഗ്ര
ഹിക്കുന്നു. അപവാദ ഭയം മൂലം എല്ലായ്പോഴും ക്ഷീണിക്കുകയും
ചെയ്യുന്നു. ദുഷ്ടജനങ്ങൾക്ക് അപവാദകൗതുകം ഏറിനിൽക്കും.
ഞാൻ എങ്ങനെ ജീവിക്കാനാണ്. അഥവാ ഭയപ്പെട്ടിട്ടും കാര്യമില്ല.
.....പ്രിയ ഗുരോ അഭിരുചി മാറിക്കൊണ്ടിരിക്കുന്നതിനാലും, മറ്റു
കാരണങ്ങൾകൊണ്ടും ഞാൻ മംഗളകരമായ ഗൃഹസ്ഥാശ്രമത്തി
ലേക്കു നീ ങ്ങുകയാണ്. അങ്ങയെ ആശ്രയിക്കുന്നവർക്കും ആശ്ര

യമറ്റ ബ്രഹ്മചര്യവും നാലാമത്തേതായ, സന്ന്യാസാശ്രമവും മാത്ര മല്ലല്ലോ അവലംബമായിട്ടുള്ളത്.

ആശാന്റെ ഈ ശ്ലോകങ്ങൾ ഗുരു ആവർത്തിച്ചു വായിച്ചു. മറുപടി യൊന്നും പറഞ്ഞില്ല. പിന്നീട് marriage settled, pray blessings എന്ന കമ്പിസന്ദേശം ഗുരുവിന് ലഭിച്ചു.

1917 ആഗസ്തിൽ കുമാരനാശാനും ഭാനുമതിയും തമ്മിലുള്ള വിവാഹം നടന്നു. വിവാഹത്തിനുശേഷം തിരുവനന്തപുരത്തെ തൈക്കാ ടുള്ള വീട്ടിലാണ് അവർ താമസിച്ചത്. അധികം താമസിയാതെ ശ്രീനാ രായണഗുരുവിന്റെ നിർദേശപ്രകാരം ആലുവ അദ്വൈത ആശ്രമത്തി ന്റെയും ആശ്രമം വക സ്കൂളിന്റെയും ചുമതലവഹിക്കുന്നതിനായി കുടുംബസമേതം അദ്ദേഹം ആലുവയിലേക്ക് താമസം മാറ്റി. പിന്നീട് അവിടത്തെ ചുമതല ഒഴിഞ്ഞതിനുശേഷം ആശാനും കുടുംബവും വീണ്ടും തിരുവനന്തപുരത്ത് എത്തി. ഇതിനിടയിൽ തോന്നയ്ക്കലിൽ ഇരു പതിലധികം ഏക്കർ വിസ്തീർണമുള്ള സ്ഥലം വിലയ്ക്കു വാങ്ങിയിരു ന്നു. അവിടെ ഒരു വീട് പണിത് അദ്ദേഹവും കുടുംബവും താമസമാരം ഭിച്ചു. കുറ്റിക്കാടുകൾ നിറഞ്ഞ ആ പ്രദേശം ആശാനും സഹധർമിണിയും കൂടി നല്ലൊരു കൃഷിഭൂമിയാക്കി മാറ്റി.[1]

കുമാരനാശാൻ ഭാനുമതി ദമ്പതിമാർക്ക് രണ്ട് പുത്രന്മാർ ജനിച്ചു. 1918 ൽ സുധാകരനും 1922 ൽ പ്രഭാകരനും. കുടുംബജീവിതത്തിന്റെ ഭദ്രതയിൽ ആശാന് പ്രത്യേകം ശ്രദ്ധയുണ്ടായിരുന്നു. 1920 ൽ ആലുവ യിൽ താമസിച്ചിരുന്ന കാലത്ത് മറ്റ് അഞ്ച് പേരോടൊപ്പം യൂണിയൻ ടൈൽ വർക്സ് സ്ഥാപിക്കുകയുണ്ടായി. അതുപോലെതന്നെ നേരത്തേ 1913 ൽ ശാരദാ ബുക്ക് ഡിപ്പോ എന്നപേരിൽ ഒരു പ്രസാധക സംരംഭം തുടങ്ങിയിരുന്നു. ഭാര്യ ഭാനുമതിയായിരുന്നു ഈ ബുക്ക് ഡിപ്പോയുടെ ചുമതല വഹിച്ചിരുന്നത്. ഉപജീവനമാർഗമെന്നനിലയിലാണ് ആശാൻ ഇത്തരം സംരംഭങ്ങളെ കണ്ടത്.

ആശാന്റെ ജീവിതകാലത്തിനുശേഷവും ഭാനുമതിയമ്മയുടെ നേതൃ ത്വത്തിൽ ശാരദാ ബുക്ക് ഡിപ്പോയും യൂണിയൻ ടൈൽ വർക്സും നല്ല നിലയിൽ പ്രവർത്തിച്ചിരുന്നു.

---

1.   സർക്കാർ ഉടമസ്ഥതയിലുള്ള ആശാൻ സ്മാരകം തോന്നയ്ക്കലിൽ സ്ഥിതിചെയ്യുന്നു. ആശാനും കുടുംബവും താമസിച്ചിരുന്ന വീട് അതേപോലെ ഇവിടെ നിലനിർത്തി യിട്ടുണ്ട്.

6

പ്രജാസഭാംഗം

ആയിരത്തി തൊള്ളായിരത്തി എൺപത്തി എട്ടിൽ തിരുവിതാം കൂറിലെ ശ്രീമൂലം തിരുനാൾ മഹാരാജാവിന്റെ കാലത്താണ് തിരു വിതാംകൂർ ലജിസ്ലേറ്റീവ് കൗൺസിൽ രൂപീകരിക്കപ്പെടുന്നത്. തുടക്ക ത്തിൽ 8 അംഗങ്ങൾ മാത്രമായിരുന്നു ഉണ്ടായിരുന്നത്. ഈ സഭയിൽ അംഗത്വം ലഭിക്കുക എന്നത് അധഃസ്ഥിതരെ സംബന്ധിച്ച് സ്വപ്നം പോലു മായിരുന്നില്ല. പക്ഷേ 1904 ൽ സ്ഥാപിതമായ ശ്രീമൂലം പ്രജാസഭയിൽ താലൂക്കുകളുടെ അടിസ്ഥാനത്തിലും പ്രത്യേക ജനസമൂഹങ്ങൾക്കു മായും അംഗത്വം നിശ്ചയിക്കപ്പെട്ടപ്പോൾ ഈഴവ സമുദായവും പ്രജാസ ഭാംഗത്വം അവകാശപ്പെട്ടിരുന്നു. 150 രൂപ വാർഷിക കരം അടയ്ക്കുന്ന വർക്ക് മാത്രമായി വോട്ടവകാശം പരിമിതപ്പെടുത്തപ്പെട്ടതിനാൽ സാമ്പ ത്തികമായി പിന്നോക്കം നിന്നിരുന്ന ഈ സമുദായത്തിന് പ്രതിനിധികളെ തെരഞ്ഞെടുക്കുക അസാധ്യമായിരുന്നു. അതുകൊണ്ട് ഗവൺമെന്റിന്റെ നാമനിർദേശത്തിലൂടെ ലഭിക്കുന്ന അംഗത്വത്തിനായുള്ള പരിശ്രമങ്ങൾ എസ് എൻ ഡി പി യോഗം ആരംഭിച്ചു. ഇതിനായി നിരവധി പ്രമേയങ്ങൾ പാസാക്കുകയും *വിവേകോദയത്തിൽ* മുഖപ്രസംഗങ്ങൾ എഴുതുകയും ചെയ്തു. അതിന്റെ ഫലമായി. 1911 ൽ കുമാരനാശാൻ ശ്രീമൂലം പ്രജാ സഭയിലേക്ക് നാമനിർദേശം ചെയ്യപ്പെട്ടു. അന്ന് അദ്ദേഹം യോഗത്തിന്റെ ജനറൽ സെക്രട്ടറിയായിരുന്നു. പിന്നീട് 1920 ൽ പരിഷ്കരിക്കപ്പെട്ട തിരു വിതാംകൂർ ലെജിസ്ലേറ്റീവ് കൗൺസിലിലേക്കും ആശാനായിരുന്നു തിര ഞ്ഞെടുക്കപ്പെട്ടത്. (അന്ന് അദ്ദേഹം യോഗം ജനറൽ സെക്രട്ടറിയായിരു ന്നില്ല.)

ആശാന്റെ നിയമസഭാപ്രസംഗങ്ങൾക്ക് കേരളത്തിന്റെ നവോത്ഥാന ചരിത്രത്തിൽ സവിശേഷമായ സ്ഥാനമുണ്ട്. പ്രജാസഭയിൽ ആശാൻ നടത്തിയ പ്രസംഗങ്ങളും സംവാദങ്ങളും ജാതിവ്യവസ്ഥയിൽ അധിഷ്ഠി തമായ കേരളത്തിന്റെ സാമൂഹ്യഘടനയ്ക്കെതിരായ ചെറുത്തുനിൽപ്പു കളായിരുന്നു. സ്വസമുദായത്തിന്റെയും മറ്റ് കീഴാള ജനവിഭാഗങ്ങളുടെയും സാമൂഹികവും സാംസ്കാരികവുമായ ഉയർച്ചയ്ക്ക് വേണ്ടിയുള്ള ആശാന്റെ ധീരമായ ശബ്ദം പ്രജാസഭയിൽ മുഴങ്ങി.

സ്വസമുദായവും ദേശവും രക്ഷപ്പെടണമെങ്കിൽ വ്യവസായവൽക്ക രണം ആവശ്യമാണന്ന് അദ്ദേഹം അഭിപ്രായപ്പെട്ടു. അതിനുവേണ്ടി യുവാ ക്കൾ സാങ്കേതിക പരിജ്ഞാനം നേടണ്ടതുണ്ട്. ഈ മേഖലയിൽ വിജയം വരിച്ച വിദേശരാജ്യങ്ങളിൽ അവരെ പരിശീലനത്തിനയയ്ക്കണമെന്ന് കുമാരനാശാൻ ശക്തമായി പ്രജാസഭയിൽ ആവശ്യപ്പെട്ടു. വിദ്യാഭ്യാസ ത്തിലും ജോലിയിലും അധഃസ്ഥിതവിഭാഗങ്ങൾ അവഗണിക്കപ്പെടുന്നതി നെതിരെ അദ്ദേഹം സഭയിൽ ശബ്ദമുയർത്തി. പ്രത്യേകിച്ച് പെൺകുട്ടി കളുടെ വിദ്യാഭ്യാസം പ്രോത്സാഹിപ്പിക്കുന്നതിനായി ധീരവും ക്രിയാത്മ കവുമായ നിർദേശങ്ങളാണ് ആശാൻ മുന്നോട്ടു വച്ചത്. അതിന്റെ പ്രസക്ത ഭാഗങ്ങൾ ചുവടെ കൊടുക്കുന്നു:

ഈഴവപ്പെൺകുട്ടികളെ സർക്കാർ പള്ളിക്കുടങ്ങളിൽ ചേർത്ത് പഠി പ്പിക്കുന്നതിനെ സംബന്ധിച്ച് ഈ സഭയിൽ കഴിഞ്ഞ തവണ പറഞ്ഞ മറുപടിയിൽ ഈഴവപ്പെൺകുട്ടികൾക്ക് പ്രവേശനം അനു വദിച്ചാൽ മറ്റു പെൺകുട്ടികൾ സ്കൂൾ വിട്ടുകളയുമെന്ന് ഗവൺമെന്റ് പേടിക്കുന്നതായി കാണുന്നു. അതു ശരിയല്ല. ഈ പേടി ആൺ പള്ളിക്കുടങ്ങളെപ്പറ്റി ഗവൺമെന്റിനുണ്ടായിരുന്നു. ആദ്യം ഈഴവർക്ക് കോളേജിൽ പ്രവേശനം അനുവദിച്ചിരുന്നു. അപ്പോൾ മറ്റ് ഇംഗ്ലീഷ് സ്കൂളുകളിൽ ഇവരെ പ്രവേശിപ്പിച്ചാൽ അബദ്ധകുമെന്നു വിചാരിച്ചിരുന്നു. അവയിൽ പ്രവേശിപ്പിച്ചു. അപ്പോൾ മലയാളം സ്കൂളുകളിൽ പ്രവേശിപ്പിച്ചാലാണ് തരക്കേ ടുണ്ടാകുക എന്നായി. അവയിൽ മിക്കവാറും ഇപ്പോൾ പ്രവേശനം അനുവദിച്ചു. ഇപ്പോൾ ആൺകുട്ടികളുടെ പ്രവേശനത്തിനു തട സ്സമൊന്നുമില്ല. എന്നാൽ പെൺകുട്ടികളെ പ്രവേശിപ്പിക്കാൻ പാടില്ല എന്ന് ഗവൺമെന്റിന് തോന്നിയിരിക്കുന്നു. ഇങ്ങനെ തോന്നാൻ എന്തെങ്കിലും കാരണം ഉണ്ടെങ്കിൽ അത് ഗവൺമെന്റ് ആ വിഷ യത്തിൽ പ്രവേശിച്ചുകാണാത്തതുമാത്രമാകുന്നു. ഈഴവർക്ക് ഉയർന്നതരം ഗവൺമെന്റ് ഉദ്യോഗങ്ങൾ കൊടുക്കുന്നതിലും ഇങ്ങ നെയുള്ള ശങ്ക ഉണ്ടായിരുന്നു. ഗവൺമെന്റ് അവർക്ക് ഉദ്യോഗ ങ്ങൾ കൊടുത്തപ്പോൾ അത് തീർന്നു.

............ഈഴവർക്ക് വിദ്യാഭ്യാസ സംബന്ധമായി വിശേഷാൽ സഹാ
യത്തെ അപേക്ഷിച്ച് ഈയിടെ എസ് എൻ ഡി പി യോഗ
ത്തിൽനിന്ന് സമർപ്പിച്ച ഒരു മെമ്മോറിയലിന് അവർക്ക് ഇച്ഛാഭംഗ
ജനകമായ മറുപടിയാണ് ഗവൺമെന്റു നൽകിയത്. ഈഴവർ അവ
രുടെ വിദ്യാഭ്യാസസ്ഥിതിയെ നന്നാക്കുന്നതിൽ ശരിയായ
ശുഷ്കാന്തി കാണിച്ചുവരുന്നു എന്നും അതുകൊണ്ട് അവർക്ക്
വിശേഷാൽ സഹായം ചെയ്തുകൊടുപ്പാൻ പാടില്ലെന്നും
ഗവൺമെന്റ് വിചാരിക്കുന്നതായി കാണുന്നു. വിദ്യാഭ്യാസം ഇല്ലാ
ത്തവരുടെ മേൽ കാണിച്ച സംഖ്യതന്നെ ഈ വിവരം ശരിയല്ല
ന്നുകാണിക്കുന്നുണ്ട്. പക്ഷേ അവർ എത്ര ശുഷ്കാന്തികാണിച്ചിരു
ന്നാൽത്തന്നെയും അവരുടെ അഭിവൃദ്ധിക്കുള്ള മാർഗത്തെ ഒരി
ക്കലും ഗവൺമെന്റിനു തടുക്കാൻ പാടില്ലാത്തതാണല്ലോ.

ഈ സംഗതികളെ ഗവൺമെന്റ് ദയവായി ഒന്നുകൂടി പര്യാലോ
ചിച്ച് അനുകൂലമായി തീർച്ചചെയ്യണമെന്ന് വളരെ താഴ്മയായി
അപേക്ഷിച്ചുകൊള്ളുന്നു. (*കുമാരനാശന്റെ പ്രജാസഭാ പ്രസം
ഗങ്ങൾ, ജി പ്രിയദർശൻ*).

കീഴാളസമുഹത്തിലെ വിദ്യാർഥികളുടെ വിദ്യാഭ്യാസത്തിനുവേണ്ടി
ഇതുപോലെ വാദിച്ച മറ്റൊരാൾ ഉണ്ടാവുമെന്ന് തോന്നുന്നില്ല. കാരണം
അക്ഷരത്തിന്റെ ശക്തി നന്നായി മനസിലാക്കിയ കവിയും അധ്യാപക
നുമായിരുന്നല്ലോ ആശാൻ. അടിച്ചമർത്തപ്പെട്ടവരുടെ ആയുധം അക്ഷര
മാണെന്ന് മറ്റ് നവോത്ഥാന നായകരെയും പോലെ ആശാനും തിരിച്ചറി
ഞ്ഞു. പ്രജാസഭയിൽ അദ്ദേഹം ഏറ്റവും കൂടുതൽ ശബ്ദമുയർത്തിയതും
വിദ്യാഭ്യാസവിഷയത്തിലായിരുന്നു.

1921 ൽ ദിവാൻ രാഘവയ്യയുടെ കാലത്ത് തിരുവനന്തപുരത്ത് നടന്ന
വിദ്യാർഥി മർദനത്തെയും വിദ്യാർഥികൾക്കെതിരെ ഗവൺമെന്റ് സ്വീക
രിച്ച നടപടികൾക്കെതിരെയും ആശാൻ പ്രജാസഭയിൽ ശബ്ദമുയർത്തി.
വിദ്യാർഥി പ്രക്ഷോഭണത്തെ അനുഭാവപൂർവം വീക്ഷിക്കുന്ന നിലപാട്
ഗവൺമെന്റ് സ്വീകരിക്കണമെന്ന് ആശാൻ ആവശ്യപ്പെട്ടു. വീഴ്ചകൾ
വിദ്യാർഥികളുടെ ഭാഗത്തുമാത്രമല്ല, ഉദ്യോഗസ്ഥരുടെ ഭാഗത്തുമുണ്ടെന്ന്
അദ്ദേഹം ഓർമിപ്പിച്ചു. ഇക്കാര്യത്തിൽ ഒരന്വേഷണം ഏർപ്പെടുത്താതെ
ഏകപക്ഷീയമായി വിദ്യാർത്ഥികളെ ശിക്ഷിക്കുന്നത് ശരിയല്ലെന്നും
അതുകൊണ്ട് അവർക്കെതിരെയുള്ള ശിക്ഷാനടപടികൾ പിൻവലിക്കണ
മെന്നും അദ്ദേഹം അഭ്യർഥിച്ചു.

സർക്കാർ സർവീസിൽ സ്വസമുദായത്തിന് നാമമാത്രമായ പ്രവേ
ശനം ലഭിച്ചിരുന്നെങ്കിലും റവന്യൂ, പൊലീസ് തുടങ്ങിയ മേഖലകളിൽ
അവരെ പ്രവേശിപ്പിച്ചിരുന്നില്ല. ഇതിനെതിരെയും ആശാൻ പ്രജാസഭയിൽ

ശബ്ദമുയർത്തി. അവർണ വിഭാഗങ്ങൾ നേരിടുന്ന രാഷ്ട്രീയവും സാമൂഹികവുമായ വിലക്കുകൾക്കെതിരെ സഭയിൽ അദ്ദേഹം ശക്തമായി പ്രതികരിച്ചു. ചാന്നാർ, കമ്മാളർ തുടങ്ങിയ വിഭാഗങ്ങൾക്ക് പ്രജാസഭ യിൽ പ്രാതിനിധ്യം കൊടുക്കണമെന്ന് ആശാൻ പ്രജാസഭയിൽ വാദിച്ചു.

ഒരു സാമൂഹ്യ വിപ്ലവകാരിയായി ആശാൻ വിലയിരുത്തപ്പെടാനുള്ള കാരണം പ്രജാസഭയിലെ അദ്ദേഹത്തിന്റെ ഇത്തരം ഇടപെടലുകളായി രുന്നുവെന്ന് നിരീക്ഷിക്കപ്പെട്ടിട്ടുണ്ട്. കവിതയിലൂടെയും ആക്ടിവിസത്തി ലൂടെയും മാതൃകാപരമായ ഒരു ജീവിതമായിരുന്നു കുമാരനാശാന്റേത്.

7

ആശാനിലെ വിമർശക പ്രതിഭ

കുമാരനാശാൻ എന്ന കവി മലയാളകാവ്യചക്രവാളത്തിൽ പ്രകാ ശം പരത്തിനിൽക്കാൻ തുടങ്ങിയിട്ട് കാലമേറെയായി. മലയാളമുള്ളിട ത്തോളം അതിന്റെ ദീപ്തി മങ്ങാതെ നിലനിൽക്കുകയും ചെയ്യും. എന്നാൽ നിരൂപകനായ ആശാൻ അത്ര സുപരിചിതനല്ല. തന്റെ കാവ്യപ്രതിഭയുടെ മഹാകാശത്തിന്റെ കോണിൽ മിന്നിത്തിളങ്ങുന്ന നക്ഷത്രം മാത്രമായി രുന്നോ അദ്ദേഹത്തിന്റെ നിരൂപണങ്ങൾ? അതുകൊണ്ടാണോ അത് ആരുമങ്ങനെ ശ്രദ്ധിക്കാതെ പോയത്? ആശാൻ എന്ന വ്യക്തിയെക്കു റിച്ചും അദ്ദേഹത്തിന്റെ സർഗാത്മകസഞ്ചാരങ്ങളെക്കുറിച്ചും അറിയാൻ ശ്രമിക്കുന്ന ഏതൊരാൾക്കും അദ്ദേഹത്തിന്റെ വിമർശക പ്രതിഭയെ കാണാതെ പോകാനാവില്ല.

ആശാന്റെ നിരൂപണങ്ങൾ അവ പ്രസിദ്ധീകരിക്കപ്പെട്ട കാലത്തു തന്നെ ശ്രദ്ധിക്കപ്പെട്ടിരുന്നു. *വിവേകോദയത്തിന്റെയും പ്രതിഭയുടെയും* പത്രാധിപരായിരുന്ന കാലത്താണ് മിക്ക നിരൂപണങ്ങളും അദ്ദേഹം എഴു തിയത്. കവിത, സാഹിത്യം ഖണ്ഡകാവ്യങ്ങൾ തുടങ്ങിയ മേഖലക ളിലുള്ള തന്റെ സങ്കല്പനങ്ങൾ ആശാൻ തന്റെ ലേഖനങ്ങളിലൂടെ വിശ ദമാക്കുന്നുണ്ട്. മനുഷ്യനെ സാംസ്കാരികമായി ഉയർത്തുന്നത് സാഹി ത്യമാണെന്ന് അദ്ദേഹം പ്രസ്താവിച്ചു. *പ്രതിഭയിലെ* പുസ്തക നിരൂപ ണത്തെക്കുറിച്ച് ആശാൻ എഴുതുന്നു:

ഇത്ര മുഖ്യമായ ആ സാഹിത്യ നിധിയെ സൂക്ഷിക്കയും പോഷി പ്പിക്കയും ചെയ്യേണ്ട ഭാരം അതാതു ദേശത്തിൽ, അതാത് കാല ത്തിൽ ജീവിച്ചിരിക്കുന്ന ലബ്ധവർണ്ണന്മാരുടെ ചുമലിലിരിക്കുന്നു. തന്റെ സഹജീവികൾക്ക് ഉത്തമ സാഹിത്യത്തിൽ അഭിരുചി വർദ്ധിപ്പിക്കുന്നതായുള്ള ഏതുശ്രമവും ഒരു പ്രകാരത്തിലല്ലെങ്കിൽ

മറ്റൊരു പ്രകാരത്തിൽ ആ ഭാരത്തെ ഏറെക്കുറെ നിർവഹിക്കു മെന്നുള്ളത് നിശ്ചയമാണ്. സരസവും വ്യുത്പാദകവുമായ രീതി യിൽ മുഖം നോക്കാതെയുള്ള ഗ്രന്ഥനിരൂപണത്തെക്കാൾ കാര്യ ക്ഷമമായി പത്രങ്ങൾക്കും മാസികകൾക്കും ഈ വിഷയത്തിൽ ഏതു ശ്രമമാണ് ചെയ്യാൻ കഴിയുന്നത്. (*പ്രതിഭ മാസിക, 1919, ഡിസംബർ,പുസ്തകം-1, ലക്കം 3-4*)

അന്ന് ഏറെ പ്രശസ്തി നേടിയ പല കാവ്യങ്ങളും ആശാന്റെ വിമർശ നത്തിന് വിധേയമായിട്ടുണ്ട്. മഹാകാവ്യത്തിന്റെ യാഥാസ്ഥിതികമായ നിർവചനങ്ങളെ അദ്ദേഹം കർക്കശമായ ഭാഷയിൽ വിമർശിച്ചു. പഴകിയ കാവ്യസമ്പ്രദായങ്ങളോടുള്ള വിട്ടുവീഴ്ചയില്ലാത്ത ഈ നിലപാടുമൂലം അന്ന് പല കേന്ദ്രങ്ങളിൽനിന്നും എതിർപ്പുകളുണ്ടായി.

ഒരുപക്ഷേ മലയാള കാവ്യഭാവുകത്വത്തിൽ വിപ്ലവകരമായ മാറ്റ ത്തിനുവേണ്ടിയുള്ള ആശാന്റെ കാവ്യബാഹ്യമായ ശ്രമമായി ഈ വിമർശ നങ്ങളെ കാണാവുന്നതാണ്.

നിരവധി മഹാകാവ്യങ്ങളെ അദ്ദേഹം വിമർശിച്ചിട്ടുണ്ട്. പന്തളം കേരളവർമ്മ തമ്പുരാന്റെ *രുഗ്മാംഗദചരിതം*, ഉള്ളൂരിന്റെ *ഉമാകേരളം*, വള്ള ത്തോളിന്റെ *ചിത്രയോഗം* എന്നിവയാണ് അതിൽ പ്രധാനം. *വിവേകോദ യത്തിന്റെ* താളുകളിലാണ് ഇത് പ്രസിദ്ധീകരിക്കപ്പെട്ടത്. പരിഹാസ ത്തിന്റെ സ്വരത്തിലാണ് *രുഗ്മാംഗദചരിതത്തെ* ആശാൻ വിമർശിക്കുന്നത്:

പതിനൊന്നാം സർഗം ചിത്രസർഗമാണ്. ശബ്ദങ്ങളുടെ വിനോദ കരമായ സർക്കസ്‌വിദ്യകൾ അതിൽ ധാരാളം ഉണ്ട്. കലപ്പയു ടെയും ഒലക്കയുടെയും അകത്തുകൂടെയൊക്കെ കവിത നടന്നു പോകുന്നതു കണ്ടാൽ പലർക്കും അത്ഭുതവും കൗതുകവും തോ ന്നും. അലങ്കാരമില്ലാത്ത പദ്യങ്ങൾ ഈ കൃതിയിൽ ചുരുങ്ങും. ആകപ്പാടെ വളരെ ശ്രമസാദ്ധ്യമായ ഒരു ഗ്രന്ഥമാണിത്. (*വിവേ കോദയം* 1913 സെപതംബർ)

മഹാകവികളായവരെ സഹതാപത്തോടെയും പരിഹാസത്തോ ടെയും വീക്ഷിക്കുന്നവിധത്തിലായിരുന്നു ആശാന്റെ നിരൂപണ പദ്ധതി കൾ. ഉള്ളൂരിനെയും വള്ളത്തോളിനെയും വിമർശിക്കുന്നതിലും യാതൊരുവിധ വിട്ടുവീഴ്ചയും കാണിച്ചിരുന്നില്ല. ഉള്ളൂരിന്റെ *ഉമാകേരള ത്തിൽ* എട്ടുവീട്ടിൽപിള്ളമാർ ആദിത്യവർമ്മ മഹാരാജാവിന് വിഷം കൊടു ക്കുന്ന സന്ദർഭത്തിൽ അമൃതത്തിനെ വർണിക്കുന്ന കാവ്യഭാഗത്തെ ഉദ്ധരിച്ചുകൊണ്ടാണ് ആശാൻ തന്റെ വിമർശകശസ്ത്രങ്ങൾ തൊടുത്തു വിടുന്നത്:

ആ വർണന സഹൃദയഹൃദയങ്ങളെ ആഹ്ലാദിപ്പിക്കുകയോ മുഷി പ്പിക്കുകയോ ഏതാണു ചെയ്യുന്നതെന്ന് ഞങ്ങൾക്കു നിശ്ചയമില്ല... വെറും ശബ്ദഗതമായ സാദൃശ്യത്തെ അടിസ്ഥാനമാക്കി ഉപമി

ക്കയോ ഉത്പ്രേക്ഷിക്കയോ സന്ദേഹിക്കുകയോ ഒക്കെ ചെയ്യുന്നത് മിതവാക്കുകളും രസൈകദൃഷ്ടികളുമായ ഉത്തമ കവികൾക്ക് ഒരു വക സാഹസമായി തോന്നേണ്ടയോ? ഊണിന്റെ വട്ടം കാണു മ്പോൾ കുളമെന്നോ പോർക്കളമെന്നോ കാശിയെന്നോ രാമേശ്വര മെന്നോ ഒക്കെ തോന്നിത്തുടങ്ങിയാൽ എന്തൊരു നിവൃത്തിയാണ്?

പിന്നീട് *ഉമാകേരളത്തിൽ* ഉപയോഗിച്ച അലങ്കാരങ്ങളുടെ അനൗ ചിത്യത്തെക്കുറിച്ച് പലരും എഴുതിയിട്ടുണ്ട്. ആശാന്റെ വിമർശനങ്ങളുടെ സ്വാധീനത്തിൽ നിന്നാവാം അവർ അത്തരത്തിലുള്ള നിരൂപണ രീതി കൾ വികസിപ്പിച്ചെടുത്തത്.

വള്ളത്തോളിന്റെ *ചിത്രയോഗത്തെക്കുറിച്ചുള്ള* നിരൂപണം വലിയ വിവാദങ്ങളുണ്ടാക്കി. 1915 സെപ്തംബർ–ഒക്ടോബർ ലക്കത്തിലെ വിവേ കോദയം മാസികയിലാണ് ഈ വിമർശനം പ്രസിദ്ധീകരിച്ചത്. വളരെ നിർദയമായ രീതിയിലാണ് ആശാൻ ചിത്രയോഗത്തെ വിമർശിച്ചത്:

> സംസ്കൃത മഹാകാവ്യസരണിയിൽനിന്ന് സ്വരുപത്തിലും സ്വഭാ വത്തിലും യാതൊരു വ്യത്യാസവുമില്ലാത്ത ചിത്രയോഗം പോലുള്ള നവീനകൃതികൾ എഴുതുന്നതിനേക്കാൾ മഹാകാവ്യ ങ്ങളെ തർജിമ ചെയ്യുന്നതാണ് അധികം നന്നായിരിക്കുക...... ര ണ്ടുപാദങ്ങളുടെ മധ്യത്തിലായിത്തന്നെ പദങ്ങളുടെ കഴുത്തുകളെ നിർദയമായി പിരിച്ചും ഒടിച്ചും ജുഗുപ്സാവഹമായ വിധത്തിൽ സന്ധിചെയ്തിരിക്കുന്നതു കണ്ടാൽ ഭാഷാപ്രണയികൾക്കു ദയ മാത്രമല്ല ചിലപ്പോൾ ക്രോധവും തോന്നും.

ഈ വിധത്തിലായിരുന്നു ആശാന്റെ വിമർശനം മുന്നേറിയത്. ഇതി നെതിരെ പലയിടത്തുനിന്നും മറുപടികളുണ്ടായി. ഇതിൽ റി ഉണ്ണിക്യ ഷ്ണൻ നായരുടെ വിമർശനത്തിനുള്ള മറുപടിയിലാണ് ആശാന്റെ നിരു പണപ്രതിഭ അതിന്റെ എല്ലാ ശക്തിസൗന്ദര്യങ്ങളോടെയും വെളിച്ചപ്പെ ടുന്നത്. അത് നേരത്തേ പ്രസിദ്ധപ്പെടുത്തിയ *ചിത്രയോഗം* നിരൂപണ ത്തേക്കാൾ മിഴിവുറ്റതായിരുന്നു. കവിതയിലെ അനൗചിത്യങ്ങളെക്കുറിച്ചും കാവ്യപരമായ അതിന്റെ ദൗർബല്യങ്ങളെക്കുറിച്ചുമെല്ലാമുള്ള ആധികാ രിക പഠനമായിരുന്നു അത്. തന്റെ *ചിത്രയോഗനിരൂപണത്തെ* എതിർ ത്തുകൊണ്ട് വ്യക്തിപരമായ ആക്ഷേപങ്ങൾ ചൊരിഞ്ഞവരെക്കുറിച്ച് ആശാൻ ഇങ്ങനെ എഴുതുന്നു:

> അഭിപ്രായം പറയുന്നവരുടെ ജാതിയേയും തൊഴിലിനേയും പുച്ഛിച്ച് കുത്സിത ഭാഷയിൽ അതുമിതും എഴുതിക്കൂട്ടി ഖണ്ഡനം എന്ന നാട്യത്തിൽ പാമരജനങ്ങളെ പ്രക്ഷോഭിപ്പിക്കുന്ന ലേഖന ക്കുപ്പകളണിഞ്ഞു നടക്കുന്ന പത്രങ്ങൾക്ക് ആ ബീഭത്സവൃത്തി യിൽ സ്വയമേവ അവജ്ഞ തോന്നുന്നില്ലെങ്കിൽ അതിനെപ്പറ്റി വ്യസനിക്കുകയല്ലാതെ ഗത്യന്തരമില്ല.

ആശാന്റെ കാവ്യവിമർശനങ്ങൾ തന്റെ കാവ്യനിലപാടുകൾ തന്നെ യായിരുന്നു. പഴകിയ കാവ്യഭാവുകത്വത്തെ തിരുത്തി കവിതയെ നവീ നവും വളർന്നുകൊണ്ടിരിക്കുന്നതുമായ ഒരു സർഗവ്യവഹാരമാക്കി ത്തീർക്കുക എന്നതായിരുന്നു അദ്ദേഹത്തിന്റെ ലക്ഷ്യം. മലയാളകവി തയെ വരേണ്യപരിസരത്തുനിന്നു മാറ്റി സ്ഥാപിക്കുകയും മനുഷ്യ ജീവി തത്തിന്റെ രക്തമാംസങ്ങളോട് നാളിതുവരെയില്ലാത്തവിധം ഐക്യപ്പെ ടാനുള്ള ജൈവചോദനകളെ ജ്വലിപ്പിച്ചുനിർത്തുകയുമായിരുന്നു ആശാൻകവിതകൾ. അദ്ദേഹത്തിന്റെ നിരൂപണങ്ങളിലും ഈ സർഗാ ത്മക കലാപമാണ് തെളിഞ്ഞു നിൽക്കുന്നത്. ഈ നിരൂപണങ്ങളെയും പ്രജാസഭയിൽ നടത്തിയ പ്രസംഗങ്ങളെയും ആശാന്റെ ഗദ്യകൃതികളായി പരിഗണിക്കപ്പെടുന്നു. അതോടൊപ്പം ചേർത്തു വയ്ക്കപ്പെടേണ്ടതാണ് ആശാൻ എഴുതിയ *വിചിത്രവിജയം, പ്രബോധചന്ദ്രോദയം* എന്നീ നാട കങ്ങൾ. സംസ്കൃത നാടകങ്ങളുടെ രീതിയിലാണ് ഇത് രചിച്ചിരിക്കുന്ന ത്. ഇതിൽ *വിചിത്രവിജയം* സ്വതന്ത്രകൃതിയാണെങ്കിൽ *പ്രബോധചന്ദ്രോ ദയം* കൃഷ്ണമിശ്രൻ രചിച്ച സംസ്കൃതനാടകത്തിന്റെ പരിഭാഷയാണ്.

8

ആഴങ്ങളിലേക്ക് ആണ്ടുപോയ ജീവിതം

കവി, സാമൂഹിക പരിഷ്കർത്താവ് എന്നീ നിലകളിൽ സാമൂഹ്യ വും സാംസ്കാരികവുമായ മാറ്റങ്ങളുടെ ചാലകശക്തിയായി നിലകൊ ള്ളുകയും ആധുനിക കേരളത്തിന്റെ രൂപീകരണത്തിലേക്ക് വഴിതെളിച്ച നവോത്ഥാന പ്രസ്ഥാനങ്ങളുടെ കൂടെ സഞ്ചരിക്കുകയും ചെയ്ത കുമാ രനാശാന്റെ ജീവിതം പല്ലനയാറ്റിന്റെ ആഴങ്ങളിൽ പൊലിഞ്ഞു പോവു കയായിരുന്നു. 1924 ജനുവരി 16 നായിരുന്നു മലയാളക്കരയെ കണ്ണീരി ലാഴ്ത്തിയ ആ ദുരന്തം നടന്നത്.

ഒരു കവിയുടെയും ആക്ടിവിസ്റ്റിന്റെയും ജീവിതം നിരന്തരമായ യാത്രകളുടേതു കൂടിയാണെന്ന് പ്രത്യേകം പറയേണ്ടതില്ലല്ലോ. ആശാ നും ഒരുപാട് യാത്ര ചെയ്യേണ്ടിവന്നിട്ടുണ്ട്. കൂടുതലും പൊതുക്കാര്യ ങ്ങൾക്കായിരുന്നു. കവിതയും സാമൂഹ്യപ്രവർത്തനവും കെട്ടുപിണഞ്ഞു കിടക്കുന്ന കവിക്ക് യാത്രകളിൽനിന്ന് ഒരിക്കലും മാറിനിൽക്കാനാവില്ലാ യിരുന്നു. തോന്നയ്ക്കൽ താമസിക്കുമ്പോൾ ആലുവായിലെ ഓട്ടുകമ്പ നിയിലെ ചില കാര്യങ്ങൾക്കുവേണ്ടിയും കോട്ടയത്ത് പ്രവർത്തിക്കുന്ന ആചന്ദ്രതാര പ്രശോഭിനി എന്ന സാംസ്കാരിക സംഘടനയുടെ വാർഷി കത്തിൽ പ്രസംഗിക്കാനുമാണ് ആശാൻ യാത്ര തിരിച്ചത്. മുരുക്കുംപുഴ മുതൽ കൊല്ലംവരെ തീവണ്ടിയിലാണ് പോയത്. അവിടെനിന്ന് റെഡി മർ എന്ന ബോട്ടിലായിരുന്നു യാത്ര. അതൊരു പുതിയ ബോട്ടായിരുന്നു. ചില സാഹിത്യ സുഹൃത്തുക്കളും പരിചയക്കാരുമൊക്കെയായി ഉല്ലാസ കരമായ യാത്രയായിരുന്നു അത്. കരുണയുടെ കൈയെഴുത്തുപ്രതി യിൽനിന്ന് ഏതാനും വരികൾ അവരെ ചൊല്ലിക്കൾപ്പിച്ചശേഷം ഏറെ വൈകിയാണ് ആശാൻ ഉറങ്ങാൻ കിടന്നത്. ഒരിക്കലും ഉണരാത്ത മര ണത്തിന്റെ യാനപാത്രത്തിലാണ് താൻ കിടന്നുറങ്ങുന്നതെന്ന് ആശാൻ

അറിഞ്ഞിരുന്നില്ല. പുലർച്ചെ 5 മണിക്ക് പല്ലനയിൽ വച്ച് റെഡീമർ എന്ന ബോട്ട് കീഴ്മേൽ മറിഞ്ഞു. ആശാൻ നല്ലൊരു നീന്തൽ വിദഗ്ധനായിരുന്നെങ്കിലും ബോട്ടു മുങ്ങുമ്പോൾ തന്റെ ക്യാബിന്റെ ജനലുകളും വാതിലുകളുമൊക്കെ പൂട്ടപ്പെട്ട നിലയിലായിരുന്നു. ഉറങ്ങാൻ കിടന്നപ്പോൾ അദ്ദേഹം തന്നെയാണ് അത് പൂട്ടിയത്.

റെഡീമർ ബോട്ടിൽ പരമാവധി 95 യാത്രക്കാരെ മാത്രമേ കയറ്റാൻ അനുവാദമുണ്ടായിരുന്നുള്ളു. എന്നാൽ അന്നത്തെ യാത്രയിൽ അതിൽ അധികം യാത്രക്കാരുണ്ടായിരുന്നു. തിരുവനന്തപുരം പത്മനാഭസ്വാമിക്ഷേത്രത്തിൽ പോയി മടങ്ങിയവരായിരുന്നു കൂടുതൽപേരും. ആശാൻ ഉൾപ്പെടെ 24 പേരുടെ ജീവനാണ് ആ അപകടത്തിൽ പൊലിഞ്ഞത്. മരിക്കുമ്പോൾ ആശാന് 51 വയസ്സായിരുന്നു പ്രായം.

പല്ലനയിലാണ് ആശാന്റെ മൃതദേഹം സംസ്കരിച്ചത്. കുമാരകോടി എന്നാണ് ഇപ്പോൾ അവിടം അറിയപ്പെടുന്നത്. കുമാരനാശാൻ ജനിച്ച കായിക്കരയിലും പിന്നീട് താമസിച്ച തോന്നയ്ക്കലിലും അദ്ദേഹം മരണപ്പെടുകയും അന്ത്യവിശ്രമം കൊള്ളുകയും ചെയ്യുന്ന പല്ലനയിലും ആശാൻ സ്മാരകങ്ങളുണ്ട്.

മലയാള കവിതയുടെ ചരിത്രത്തിന്റെ ഗതി തിരിച്ചുവിടുകയും കാലത്തെ അതിജീവിച്ചുകൊണ്ട് ഇന്നും പുതിയ പാരായണങ്ങളിലൂടെ സാഹിത്യത്തിൽ സജീവമായി നിലനിൽക്കുകയും ചെയ്യുന്ന സർഗവിസ്മയമാണ് ആശാൻ കവിതകൾ. എഴുതപ്പെടാതെപോയ എത്രയോ കവിതകൾ ഹൃദയത്തിൽ അവശേഷിപ്പിച്ചുകൊണ്ടായിരിക്കാം കുമാരനാശാൻ എന്ന മഹാകവി മരണത്തിന്റെ ആഴങ്ങളിലേക്ക് ആണ്ടുപോയത്? നമ്മുടെ ഭാഷയ്ക്ക് എന്നും അഭിമാനിക്കാവുന്ന നിരവധി കവിതകൾ തന്നിട്ടാണ് ആശാൻ കടന്നുപോയത്. ഭാഷയുടെയും സാഹിത്യത്തിന്റെയും മാത്രമല്ല പുരോഗമനാത്മകമായ കേരളീയമനസിനെക്കൂടി രൂപപ്പെടുത്തുന്നതിൽ കുമാരനാശാന്റെ പങ്ക് വളരെ വലുതായിരുന്നു.

ഭാഗം 2

കുമാരനാശാന്റെ ഖണ്ഡകാവ്യങ്ങൾ

1
എന്താണ് ഖണ്ഡകാവ്യം

ഖണ്ഡകാവ്യങ്ങളെഴുതി മഹാകവിയെന്ന അംഗീകാരം നേടിയ കവി യാണ് കുമാരനാശാൻ. അദ്ദേഹത്തിന്റെ രചനകൾ മലയാള കവിതയിൽ പുതിയ യുഗം സൃഷ്ടിക്കുകയായിരുന്നു. അറിയുന്തോറും വളർന്നു വിക സിക്കുന്ന ചക്രവാളമാണ് ആശാൻ കവിതകൾ. അതിലേക്കെത്തുന്ന തിനുമുമ്പ് എന്താണ് ഖണ്ഡകാവ്യമെന്ന് അന്വേഷിക്കേണ്ടതുണ്ട്.

ഖണ്ഡകാവ്യം ഒരു സാഹിത്യശാഖയായാണ് പരിഗണിക്കപ്പെടു ന്നത്. സാഹിത്യശാഖകളെ സാഹിത്യ പ്രസ്ഥാനങ്ങളായി പലരും വില യിരുത്താറുണ്ട്. എന്നാൽ ഇവ തമ്മിൽ ചില അന്തരങ്ങളുണ്ട് എന്ന് പലരും മറന്നുപോകാറാണ് പതിവ്. ഒരു സാമൂഹികവ്യവസ്ഥിതിയിൽ രൂപപ്പെടുന്ന സൗന്ദര്യാത്മകവും സർഗാത്മകവുമായ ചില കാഴ്ചാരീതി കളാണ് കലയിലും സാഹിത്യത്തിലും പ്രകടമാവുന്നത്. പ്രത്യക്ഷമോ പരോക്ഷമോ ആയ സാമൂഹികസ്വാധീനത്തിൽനിന്ന് വേറിട്ട് സാഹിത്യ വ്യവഹാരങ്ങൾക്ക് നിലനിൽക്കാനാവാത്തതുകൊണ്ട് തന്നെ ഒരു സാ ഹിത്യ പ്രസ്ഥാനത്തിന്റെ രൂപീകരണത്തിൽ ജനതയ്ക്ക് അഥവാ സമു ഹത്തിന് പങ്കാളിത്തമുണ്ടാകും. ഉദാഹരണമായി ക്ലാസിസവും നിയോ- ക്ലാസിസവും റൊമാന്റിസവും സാഹിത്യപ്രസ്ഥാനങ്ങളാണ്. പ്രൊഫ. എം പി പണിക്കർ എഴുതുന്നു:

ക്ലാസിസവും നിയോ-ക്ലാസിസിസവും ആപേക്ഷികമായി സങ്കേത സങ്കീർണങ്ങളായ പ്രസ്ഥാനങ്ങളാണ്. അതിനാൽ ജീവിത ചല നങ്ങൾ ആപേക്ഷികമായി കുറവുള്ള ഫ്യൂഡൽ സാമൂഹ്യഘടന യിലേ അവയ്ക്കു പ്രസ്ഥാന പദവി നേടാനാവൂ. റൊമാന്റിസിസം ക്ലാസിസത്തെ അപേക്ഷിച്ച് സങ്കേത സരളമായ ഒരു പ്രസ്ഥാന മാണ്. അതിനാൽ വ്യക്തിത്വത്തിന് സ്ഥാനം നൽകുന്ന ക്യാപ്പിറ്റ

ലിസ്റ്റിക് വീക്ഷണമുള്ള സാമൂഹിക ജീവിത വ്യവസ്ഥിതിയിൽ മാത്രമേ റൊമാന്റിസത്തിന് വളർന്നു വികസിക്കാനാവൂ.(*മലയാള ഖണ്ഡകാവ്യങ്ങൾ ഒരു പഠനം. കേരള ഭാഷാ ഇൻസ്റ്റിറ്റ്യൂട്ട്*)

അദ്ദേഹത്തിന്റെ വിശകലനത്തോട് വിയോജിച്ചാൽതന്നെയും സാഹിത്യവും സമൂഹവും തമ്മിലുള്ള ഇഴപിരിക്കാനാവാത്ത ബന്ധം അവഗണിക്കാനാവില്ല. ജീവിതവുമായുള്ള ഇത്തരം അഭേദ്യബന്ധത്തിൽനിന്നാണ് സാഹിത്യപ്രസ്ഥാനങ്ങൾ രൂപം കൊള്ളുന്നത്.

എന്നാൽ സാഹിത്യശാഖ അങ്ങനെയല്ല. അത് സാഹിത്യപ്രസ്ഥാനത്തിന്റെ ശാഖകളിൽ ഒന്നുമാത്രമാണ്. മലയാളത്തിൽ ഖണ്ഡകാവ്യശാഖ പുഷ്ടിപ്പെടുന്നത് കവിത്രയങ്ങളുടെ കാലത്താണ്. (കവിത്രയങ്ങൾ-ആശാൻ, ഉള്ളൂർ, വള്ളത്തോൾ) എന്നാൽ ഖണ്ഡകാവ്യത്തിന്റെ ചരിത്രം മണിപ്രവാളകാലത്തുതന്നെ ആരംഭിക്കുന്നതായി പല പണ്ഡിതരും അഭിപ്രായപ്പെടുന്നു. *ചെറിയച്ചി, മല്ലീനിലാവ് ഇട്ടിയച്ചി, കടാക്ഷദശകം, തഴ്യിൽ ഇളയച്ചി* തുടങ്ങിയ മണിപ്രവാളകാലത്തു രചിക്കപ്പെട്ട ലഘുകാവ്യങ്ങളെ ഖണ്ഡകാവ്യങ്ങളായി പരിഗണിക്കാമെന്ന് പ്രൊഫ. എം പി പണിക്കർ അഭിപ്രായപ്പെടുന്നുണ്ട്. (*മലയാള ഖണ്ഡകാവ്യങ്ങൾ ഒരു പഠനം* – കേരള ഭാഷാ ഇൻസ്റ്റിറ്റ്യൂട്ട്) എന്നാൽ പ്രാചീന ഖണ്ഡകാവ്യങ്ങൾക്ക് ആധുനിക ഖണ്ഡകാവ്യങ്ങളുടെ മേന്മയില്ല എന്ന് ആരും സമ്മതിക്കും.

പാട്ട് സാഹിത്യത്തിൽപ്പെട്ട കാവ്യങ്ങളായ പുന്താനത്തിന്റെ *സന്താനഗോപാലപാന*, രാമപുരത്തുവാര്യരുടെ *കുചേലവൃത്തം* വഞ്ചിപ്പാട്ട് എന്നിവയെ പ്രാചീനഖണ്ഡകാവ്യങ്ങളായി കണക്കാക്കാവുന്നതാണ്. പ്രാചീന ഖണ്ഡകാവ്യങ്ങൾക്കും ആധുനിക ഖണ്ഡകാവ്യങ്ങൾക്കുമിടയിൽ ആഖ്യാനകങ്ങൾ എന്നൊരു ഘട്ടം ഉള്ളതായി നിരീക്ഷിക്കപ്പെട്ടിണ്ട്. പച്ചമലയാളപ്രസ്ഥാനമെന്ന് പറയപ്പെടുന്ന കൊടുങ്ങല്ലൂർ കവിതകളും (*നല്ലഭാഷ, പാലുള്ളി ചരിതം* തുടങ്ങിയവ) വെൺമണിപ്രസ്ഥാനത്തിലെ ചില ശ്ലോകങ്ങളും ആഖ്യാനകങ്ങളായി പരിഗണിക്കാം.

ഇരുപതാം നൂറ്റാണ്ട് മുതൽക്കാണ് ആധുനിക ഖണ്ഡകാവ്യങ്ങളുടെ ചരിത്രം ആരംഭിക്കുന്നത്. റൊമാന്റിക് പ്രസ്ഥാനം മലയാളഭാഷയിലുണ്ടാക്കിയ സ്വാധീനത്തിൽനിന്നാണ് ഈ സാഹിത്യശാഖ പുത്തു തളിർക്കാൻ തുടങ്ങിയത്. ഇംഗ്ലീഷ് സാഹിത്യത്തിലെ വേഡ്സ്വർത്തിന്റെയും മറ്റും സ്വാധീനം ബംഗാളി സാഹിത്യത്തിൽ വലിയ ചലനങ്ങളുണ്ടാക്കി. കുമാരനാശാനെപ്പോലുള്ളവർ വിദ്യാഭ്യാസത്തിനായി ബംഗാളിലെത്തുകയും അവിടത്തെ സാഹിത്യനവോത്ഥാനത്തെ അടുത്തറിയുകയും ചെയ്തിരുന്നു. പിന്നീട് മലയാളത്തിലെ റൊമാന്റിക് പ്രസ്ഥാനവും ഖണ്ഡകാവ്യശാഖയും പടർന്നു പന്തലിക്കുന്നത് ഈ സ്വാധീനത്തിൽനിന്നാണ്. അതുപോലെതന്നെ ഇംഗ്ലീഷ് വിദ്യാഭ്യാസം പാശ്ചാത്യ സാഹിത്യത്തെ സമീപസ്ഥമാക്കിത്തീർത്തു. മലബാറിലെ ബേസൽ മിഷൻകാരുടെ പ്രവർത്തനങ്ങൾ ഇതിൽ പ്രധാന പങ്കു വഹി

ച്ചു. ഇംഗ്ലീഷ് ഭാഷാപരിചയവും ഇംഗ്ലീഷ് സാഹിത്യ സമ്പർക്കവും മല
യാളസാഹിത്യത്തിനും ഭാഷയ്ക്കും ഒരു പുതിയ ഉണർവും ചൈതന്യവും
നൽകി. സംസ്കൃതസാഹിത്യത്തിന്റെയും ഭാഷയുടെയും നിഴലിൽനിന്ന്
മാറിനിൽക്കാനുള്ള തന്റേടം മലയാളഭാഷയ്ക്കും സാഹിത്യത്തിനും
ലഭിച്ചു.[1]

കാൽപ്പനിക പ്രസ്ഥാനത്തിന്റെ കാലത്ത് ഏതാനും മഹാകാവ്യങ്ങൾ
രചിക്കപ്പെട്ടതായിക്കാണാം. പാണ്ഡിത്യത്തിന്റെ പ്രകടനം എന്നതിനപ്പുറം
കാവ്യപരമായി മികച്ച രചനകളൊന്നും ആയിരുന്നില്ല, ഇത്തരം മഹാ
കാവ്യങ്ങൾ. ആഖ്യാനത്തിലും ഭാവുത്വത്തിലും പുതിയ പ്രവണതകളായി
റൊമാന്റിസവും ഖണ്ഡകാവ്യശാഖയും തളിർത്തുതുടങ്ങുന്ന ആ കാല
ഘട്ടത്തിൽ സമയം തെറ്റിപ്പിറന്നവയായിരുന്നു അത്തരം മഹാകാവ്യങ്ങൾ.
കുമാരനാശാൻ *വിവേകോദയത്തിലും പ്രതിഭയിലും* എഴുതിയ മഹാ
കാവ്യ വിമർശനങ്ങൾ ഇവിടെ ഓർമിക്കാവുന്നാണ്.

ഖണ്ഡകാവ്യങ്ങളുടെ ലക്ഷണങ്ങൾ

ഖണ്ഡകാവ്യങ്ങളുടെ ലക്ഷണത്തെക്കുറിച്ച് പ്രൊഫ. എം പി പണി
ക്കർ എഴുതുന്നു:

> ആധുനിക ഖണ്ഡകാവ്യങ്ങളും ആഖ്യാനകങ്ങളെപ്പോലെ ലഘു
> കാവ്യങ്ങൾ തന്നെ. പക്ഷേ അവയിൽ ഭാവഗീതകങ്ങളുടെ ഭാവ
> തീവ്രതയും ആഖ്യാനകങ്ങളുടെ ആഖ്യാന സ്വഭാവവും കാണു
> ന്നു. ആ നിലയിൽ ഒബ്ജക്റ്റീവ് ലിറിക് ആണ് ആധുനിക
> ഖണ്ഡകാവ്യങ്ങളെന്നു പറയാം. ആഖ്യാനങ്ങളിലെ പ്രമേയം
> പ്രായേണ കഥയോ സംഭവമോ ആയിരിക്കും. പക്ഷേ ആധുനിക
> ഖണ്ഡകാവ്യങ്ങളിലാവട്ടെ ഈ കഥയെയും സംഭവത്തെയും ഒരു
> ഇതിവൃത്തത്തിന്റെ രൂപത്തിലായിരിക്കും സംവിധാനം ചെയ്തിരി
> ക്കുക. ഇവിടെ ഇതിവൃത്തമെന്നു പറയുമ്പോൾ അരിസ്റ്റോട്ടിൽ പറ
> ഞ്ഞിരിക്കുന്ന മാതിരി ആദിമദ്ധ്യാന്തങ്ങളിലുള്ള ഇതിവൃത്തമല്ല ഉദ്ദേ
> ശിക്കുന്നത്. ഇതിവൃത്തത്തിന്റെ സുപ്രധാന ഭാഗത്തിനു മാത്രം
> മിഴിവുനൽകി അപ്രധാന ഭാഗങ്ങളെ സൂച്യരൂപത്തിലോ
> അല്ലാതെയോ ഒതുക്കി ആവിഷ്കരിക്കുകയാണ് ആധുനിക ഖണ്ഡ
> കാവ്യത്തിന്റെ രീതി. നാടകീയമോ (*ലീല*), കാവ്യാത്മകമോ (*വീ
> ണപൂവ്, നളിനി*), വികാരപൂർണമോ (*ചിന്താവിഷ്ടയായ സീത,
> കരുണ*) ആയ കഥയോ സംഭവമോ ആയിരിക്കും ആധുനിക
> ഖണ്ഡകാവ്യ ഇതിവൃത്തത്തിനാസ്പദം.

കുമാരനാശാന്റെ ഖണ്ഡകാവ്യങ്ങളാണ് ആധുനിക ഖണ്ഡകാ

---

1. *മലയാള ഖണ്ഡകാവ്യങ്ങൾ ഒരു പഠനം:* പ്രൊഫ. എം പി പണിക്കർ. പ്രസാ. കേരള
ഭാഷാ ഇൻസ്റ്റിറ്റ്യൂട്ട്

വൃങ്ങളുടെ ലക്ഷണങ്ങളെ ഉദാഹരിക്കാൻ അദ്ദേഹം തെരഞ്ഞെടുത്തു തെന്നത് ഇവിടെ പ്രസ്താവ്യമാണ്. എന്നാൽ ആദൃത്തെ ഖണ്ഡകാവ്യ മായി പൊതുവെ പരിഗണിക്കുന്നത് 1895 ൽ എ ആർ രാജരാജവർമ്മ രചിച്ച *മലയവിലാസമാണ്.* പക്ഷേ ആധുനിക ഖണ്ഡകാവ്യത്തിന്റെ സവി ശേഷതകളൊന്നും *മലയവിലാസത്തിന്* അവകാശപ്പെടാനാവില്ലെന്ന വാദവും നിലനിൽക്കുന്നുണ്ട്[2].

ആദ്യത്തെ ലക്ഷണമൊത്ത ഖണ്ഡകാവ്യമായി പരിഗണിക്കപ്പെടു ന്നത് കുമാരനാശാന്റെ *വീണപൂവാണ്.* ഇതിന് വിരുദ്ധാഭിപ്രായങ്ങളും നിലനിൽക്കുന്നുണ്ട്. എങ്കിലും കാലത്തെ അതിജീവിച്ചുകൊണ്ട് നിരവധി വായനകളും പഠനങ്ങളും നടന്നിട്ടുള്ള ഒരു കൃതിയെന്നനിലയ്ക്ക് *വീണപൂവ്* ഇത്തരം വിശേഷണത്തിനർഹമാണ്. മലയാള ഖണ്ഡകാ വ്യശാഖയ്ക്ക് ആശാനെ പോലെതന്നെ വള്ളത്തോളും ഉള്ളൂരും വലിയ സംഭാവനകൾ നൽകിയിട്ടുണ്ട്. വള്ളത്തോളിന്റെ *ബന്ധനസ്ഥനായ അനിരുദ്ധൻ, മഗ്ദലനമറിയം* ഉള്ളൂരിന്റെ *പിംഗള, ഭക്തിദീപിക* തുടങ്ങിയ ഖണ്ഡകാവ്യങ്ങൾ മലയാളസാഹിത്യത്തിൽ പുതിയ പാതകൾ തുറ ന്നിട്ടു. കവിത്രയത്തിന്റെ കാലത്തിനുശേഷം ഖണ്ഡകാവ്യങ്ങളുടെ സർഗാ ത്മകകലം ഏതാണ്ട് അസ്തമിച്ചു തുടങ്ങി എന്നു പറയാം.

---

1. *മലയാള ഖണ്ഡകാവ്യങ്ങൾ ഒരു പഠനം:* പ്രൊഫ. എ പി പണിക്കർ. പ്രസാ. കേരള ഭാഷാ ഇൻസ്റ്റിറ്റ്യൂട്ട്

2
ആശാനും റൊമാന്റിസിസവും

റൊമാന്റിക് പ്രസ്ഥാനവും കുമാരനാശാനും തമ്മിലുള്ള ബന്ധം മലയാള കാവ്യചരിത്രത്തിലെ സുപ്രധാന അധ്യായമാണ്. ആശാൻകവി തകളിലെ റൊമാന്റിസിസത്തെ അന്വേഷിക്കുന്നതിനു മുമ്പ് റൊമാന്റി സിസത്തിന്റെ ഉത്ഭവവും വികാസവും മനസിലാക്കേണ്ടതുണ്ട്.

പാശ്ചാത്യ സാഹിത്യത്തിൽ പുതിയ യുഗം സൃഷ്ടിച്ച സാഹിത്യ പ്രസ്ഥാനമായിരുന്നു റൊമാന്റിസിസം. റൊമാന്റിക് എന്ന പദത്തിൽനി ന്നാണ് റൊമാന്റിസിസം ഉണ്ടായതെങ്കിലും ഈ പദങ്ങൾക്ക് നാം ഇന്ന് കാണുന്ന അർഥത്തേക്കാൾ സങ്കീർണമായ അർഥതലങ്ങളുണ്ട്. റൊമാന്റിസിസത്തിന്റെ വിരുദ്ധങ്ങളായ നിർവചനങ്ങൾ പരിശോധിച്ച ശേഷം റൊമാന്റിക് എന്ന പദത്തിന് പല അർഥങ്ങളും കാണിക്കാൻ കഴിവുണ്ടെങ്കിലും അതിന് അതിന്റേതായ അർഥം മാത്രം കാണിക്കാൻ കഴിയാതെ പോയി എന്ന് എ ഒ ലൗ ജോയ് അഭിപ്രായപ്പെട്ടിട്ടുണ്ട്.[1]

കേസരി എ ബാലകൃഷ്ണപിള്ള റൊമാന്റിസിസത്തെ മാനംനോക്കി പ്രസ്ഥാനമെന്നാണ് പരിഭാഷപ്പെടുത്തിയത്. കവിതയിൽ ഭാവനയ്ക്കും വികാരത്തിനും പ്രാധാന്യം കൊടുക്കുന്ന ഒരു പ്രസ്ഥാനമായതുകൊ ണ്ടാവാം കേസരി അങ്ങനെ വിശേഷിപ്പിച്ചത്.

പതിനെട്ടാം നൂറ്റാണ്ടിന്റെ ഉത്തരാർഥത്തിലാണ് റൊമാന്റിസിസം സാഹിത്യത്തിൽ രംഗപ്രവേശം ചെയ്യുന്നത്. നിയോ-ക്ലാസിസത്തിന്റെ അപചയത്തിൽനിന്നാണ് ഈ സാഹിത്യപ്രസ്ഥാനം രൂപമെടുക്കുന്നത്. നിയോ-ക്ലാസിസത്തിന്റെ നല്ലകാലം പതിനേഴാം നൂറ്റാണ്ടായിരുന്നു.

---

1. A O Love Joy: *One the Discrimination of Romanticism* (മലയാള ഖണ്ഡകാവ്യ ങ്ങൾ ഒരു പഠനം: പ്രൊഫ. എം പി പണിക്കർ ഉദ്ധരിച്ചത്)

ജർമനി, ഫ്രാൻസ് എന്നീ രാജ്യങ്ങൾ നിയോ-ക്ലാസിസത്തിന്റെ വളക്കു
റുള്ള മണ്ണായിരുന്നു. യുക്തിബോധം മനുഷ്യനിൽ ഉണ്ടാക്കിയ
സ്വാതന്ത്ര്യബോധവും അന്വേഷണത്വരയുമാണ് റൊമാന്റിസിസത്തെ
വളർത്തിയത്. ദെക്കാർത്തെ (ഫ്രാൻസ്) ക്രിസ്ത്യൻ വൂൾഫ്(ജർമനി)
എന്നിവരുടെ ചിന്തകൾ യുക്തിബോധത്തിലൂന്നിയവയായിരുന്നു. ദൈവ
ത്തിന്റെ അസ്തിത്വം നിരന്തരം ചോദ്യം ചെയ്യപ്പെട്ടു. അതോടൊപ്പം
ഐസക് ന്യൂട്ടന്റെ കണ്ടുപിടുത്തങ്ങൾ ഭൗതികവാദ ചിന്തകൾക്ക് ഊർജം
പകർന്നു. യുക്തിബോധം യൂറോപ്യൻ ചിന്തയിൽ പുതിയ വെളിച്ചങ്ങൾ
പകരുന്ന ഈ കാലഘട്ടത്തിന്റെ സാംസ്കാരിക പ്രതിഫലനമായിരുന്നു
നിയോ-ക്ലാസിസിസം എന്നു പറയാം. നിയോ-ക്ലാസിസത്തിനും റൊമാന്റി
സിസത്തിനുമിടയ്ക്ക് പ്രീ-റൊമാന്റിസിസം എന്നൊരു സാഹിത്യപ്ര
സ്ഥാനംകൂടിയുള്ളതായി നിരീക്ഷിക്കപ്പെട്ടിട്ടുണ്ട്. പേരു സൂചിപ്പിക്കുന്നതു
പോലെതന്നെ പിൽക്കാല റൊമാന്റിസിസത്തിന്റെ ലക്ഷണങ്ങൾ ഈ
കാലഘട്ടത്തിലെ കൃതികളിൽ കണ്ടെത്താം. യുക്തിയെക്കാൾ വികാര
ത്തിനായിരുന്നു പ്രീ-റൊമാന്റിസിസത്തിൽ പ്രാധാന്യം. ഇംഗ്ലീഷ് സാഹി
ത്യത്തിലെ റിച്ചാഡ്സിന്റെ *പമീല*, ഗോൾഡ് സ്മിത്തിന്റെ *വികാർ ഓഫ്
വേക്ക്ഫീൽഡ്* ഹെന്റി ബ്രൂക്കിന്റെ *ദി ഹിസ്റ്ററി ഓഫ് ഹ്യൂമൻ ഹാർട്ട്*
തുടങ്ങിയ കൃതികൾ പ്രീ-റൊമാന്റിക് കൃതികളായി പരിഗണിക്കപ്പെ
ടുന്നു. പ്രപഞ്ചത്തെക്കുറിച്ചുള്ള യാന്ത്രിക സങ്കൽപ്പനത്തിൽനിന്ന് വ്യത്യ
സ്തമായി പ്രകൃതിയെയും മനുഷ്യനെയും വൈകാരികമായി അടുപ്പി
ച്ചുനിർത്താനുള്ള പ്രവണതകൾ ഇക്കാലത്തെ കൃതികളിൽ കാണാനാ
വും. അത് ഏറക്കുറെ ആത്മനിഷ്ഠമായിരുന്നു.

റൊമാന്റിസിസത്തിന്റെ വികാസത്തിന് അടിത്തറയായി പ്രവർത്തിച്ച
സാമൂഹികമായ സാഹചര്യങ്ങളെക്കുറിച്ചുകൂടി സൂചിപ്പിക്കേണ്ടതുണ്ട്.
ഫ്യൂഡലിസത്തിന്റെ തകർച്ചയ്ക്കുശേഷം യൂറോപ്പിൽ മുതലാളിത്തം
ശക്തിപ്രാപിച്ചുതുടങ്ങുന്ന കാലത്താണ് റൊമാന്റിസിസം വളർന്നു വരു
ന്നത്. മുതലാളിത്തത്തിന്റെ മൂല്യസങ്കൽപ്പനങ്ങളിൽ പ്രധാനമായ വ്യക്തി
പരത തന്നെയാണ് റൊമാന്റിസിസത്തിന്റെയും അടിസ്ഥാനമായി നില
കൊണ്ടത്. സർഗാത്മകമായ ഭാവനയുടെ ചക്രവാളത്തിലേക്കുള്ള യാത്ര
യായിരുന്നു റൊമാന്റിക് കൃതികൾ. അതുകൊണ്ടുതന്നെ ഭാവനാത്മ
കതയ്ക്കുള്ള പ്രാധാന്യം ഇത്തരം കൃതികളുടെ സവിശേഷതയാണ്.
അതുപോലെ വ്യക്തിപരത, വികാരപരത ആദർശാത്മകത എന്നിവയും
റൊമാന്റിക് കൃതികളുടെ പ്രത്യേകതയായി കണക്കാക്കപ്പെടുന്നു

പാശ്ചാത്യകൃതികളിലൂടെ ഉദാഹരണസഹിതം റൊമാന്റിസിസ
ത്തിന്റെ സൂക്ഷ്മവും വ്യതിരികതവുമായ സഞ്ചാരവഴികളിലേക്കു പോവു
ക എന്നത് ഈ ഗ്രന്ഥത്തെ സംബന്ധിച്ച് അനൗചിത്യമാണ്. അതുകൊ
ണ്ട് റൊമാന്റിസിസത്തിന്റെ സാമാന്യമായ ചില പ്രത്യേകതകൾമാത്രമാണ്
ഇവിടെ സൂചിപ്പിച്ചത്.

മലയാളകവിതയിൽ റൊമാന്റിസിസം എന്ന സാഹിത്യ പ്രസ്ഥാന

ത്തിന്റെ ഒരു ശാഖയായിരുന്നു ഖണ്ഡകാവ്യങ്ങൾ എന്ന് നേരത്തേ സൂചി
പ്പിച്ചിരുന്നല്ലോ. ഈ കാവ്യശാഖയുടെ പുഷ്കല കാലം എന്നത് കവിത്ര
യങ്ങളുടെ കാലമായിരുന്നു. അതിൽ റൊമാന്റിക് പ്രവണത ഏറ്റവും
കൂടുതൽ കാണാനാവുന്നത് കുമാരനാശാനിലായിരുന്നു. ആദ്യത്തെ
റൊമാന്റിക് കവിയായി കുമാരനാശാൻ പരിഗണിക്കപ്പെടുന്നു. പ്രൊഫ.
എം പി പണിക്കർ എഴുതുന്നു:

> മലയാളസാഹിത്യത്തിലെ എണ്ണംപറഞ്ഞ ആദ്യത്തെ റൊമാന്റിക്
> കവി കുമാരനാശാൻ തന്നെ. റൊമാന്റിസിസത്തെ ഒരു വീക്ഷണ
> വിശേഷമായോ ചിത്തവൃത്തിയായോ നോക്കിക്കാണുന്നപക്ഷം
> ക്ലാസിക് കവികളിലും നിയോ-ക്ലാസിക് കവികളിലുമെല്ലാം ഈ
> റൊമാന്റിക് പ്രവണത കാണുന്നുണ്ടെന്നു പറയേണ്ടിവരും. മല
> യാളസാഹിത്യത്തിൽതന്നെ എ ആർ രാജരാജവർമ്മയുടെ *മലയ
> വിലാസത്തിലും* വി സി ബാലകൃഷ്ണപ്പണിക്കരുടെ *വിശ്വരൂപ
> ത്തിലുമെല്ലാം* ഈ പ്രവണത ഒരു ചിത്തവൃത്തി എന്നതിൽ
> കവിഞ്ഞു കാണുന്നുമുണ്ട്. പക്ഷേ അവരുടെ ആരുടെയും കവി
> ത്വത്തിൽ ആശാന്റെ കവിത്വത്തിൽകാണുന്ന റൊമാന്റിക് വീക്ഷ
> ണമോ റൊമാന്റിക് സംസ്കാരമോ കാണുന്നില്ല. (*മലയാള ഖണ്ഡ
> കാവ്യങ്ങൾ ഒരു പഠനം*)

ഇംഗ്ലീഷ് ഭാഷയിലും സാഹിത്യത്തിലും നല്ല പരിജ്ഞാനമുണ്ടായി
രുന്നു ഉള്ളൂരിനും വള്ളത്തോളിനും. എന്നാൽ അവർക്ക് റൊമാന്റിസിസ
ത്തിന്റെ പ്രവണതകൾ താരതമ്യേന ആശാനേക്കാൾ കുറവായിരുന്ന
തായി കാണാം. കാൽപ്പനിക പ്രസ്ഥാനമെന്ന് മലയാളീകരിക്കപ്പെട്ട
റൊമാന്റിസിസത്തിന്റെ വസന്തകാലം കുമാരനാശാന്റെ *വീണപൂവിലൂ
ടെയാണ്* തുടങ്ങുന്നത്. *വീണപൂവിനെത്തുടർന്ന്* ആശാൻ രചിച്ച ഖണ്ഡ
കാവ്യങ്ങളിലെല്ലാം തന്നെ കാൽപ്പനികപ്രസ്ഥാനത്തിന്റെ പ്രവണതകൾ
ശക്തമായി കാണാൻ കഴിയും.

ക്ലാസിസത്തിന്റെ കാവ്യസംസ്കാരത്തിൽനിന്നു തന്നെയാണ്
ആശാൻ എഴുതിത്തുടങ്ങുന്നതെങ്കിലും നവീനമായ കാവ്യരീതികളെ
യാണ് അദ്ദേഹം സ്വീകരിച്ചത്. ഇത് കവിതയുടെയും ഭാഷയുടെയും
മുന്നോട്ടുള്ള പ്രയാണത്തെ ത്വരിതപ്പെടുത്തുന്നതിൽ സർഗാത്മകമായ
പങ്കു വഹിച്ചു. കേരളത്തിലെ നവോത്ഥാന പ്രസ്ഥാനങ്ങളുടെ സാംസ്കാ
രിക ഊർജമായിമാറാൻ ആശാൻ കവിതയ്ക്ക് കഴിഞ്ഞു. ആശാൻകവി
തകൾ കവിതയുടെ 'നവോത്ഥാന'വും നവോത്ഥാനത്തിന്റെ 'കവിത'യു
മായിരുന്നു.

റൊമാന്റിസിസത്തിന്റെ പ്രധാന സവിശേഷതകളായ ഭാവനാത്മക
ത, വികാരപരത, വ്യക്തിപരത, ആദർശാത്മകത എന്നിവയുടെ സമർഥ
മായ സമ്മേളനം ആശാൻ കവിതയിൽ കണ്ടെത്താനാവും. മനസിന്റെ
മഹത്വത്തിൽനിന്നുയരുന്ന ഭാവനയുടെ നിലയ്ക്കാത്ത പ്രവാഹങ്ങളാണ്

കവിതയെന്ന കാൽപ്പനിക കാവ്യാവബോധം ആശാൻ കവിതകളിൽ പ്രവർത്തിച്ചതായികാണാം. അതിന് ഏറ്റവും വലിയ തെളിവാണ് *വീണ പൂവ്.* ആശാന്റെ മറ്റ് കവിതകളിൽനിന്ന് വ്യത്യസ്തമായി ഭാവനാത്മകത 'നേരെ വിടർന്നു വിലസുന്ന' കാവ്യമാണ് *വീണപൂവ്.*

കുമാരനാശാന്റെ ഖണ്ഡകാവ്യങ്ങളെക്കുറിച്ചുള്ള സവിശേഷമായ അന്വേഷണങ്ങളാണ് തുടർ അധ്യായങ്ങളിൽ. മലയാളകവിതയിൽ ആശാൻ കവിതകൾക്കുള്ള പ്രാധാന്യം മുമ്പത്തേക്കാൾ തിരിച്ചറിയപ്പെ ടുന്ന കാലമാണിത്. കാലത്തെ അതിജീവിച്ച് കരുത്തുനേടുകയാണ് ഈ കവിതകൾ.

3

വീണപൂവ്, കവിതയുടെ നവോത്ഥാനം

മലയാളകവിതയെ ആധുനികമായ ഭാവുകത്വപരിസരത്തേക്ക് ഉയർത്തിയ കവിതയാണ് *വീണപൂവ്.* ആശാന്റെ ഖണ്ഡകാവ്യങ്ങളിൽ പ്രഥമസ്ഥാനമാണ് *വീണപൂവിനുള്ളത്.* മലയാളകവിതയുടെ ചരിത്ര ത്തിൽ ഇത്രയധികം ചർച്ചചെയ്യപ്പെട്ട (ഇന്നും ചർച്ചചെയ്യപ്പെട്ടുകൊണ്ടി രിക്കുന്ന) ഒരു കവിത ഉണ്ടോ എന്ന് സംശയമാണ്. *വീണപൂവിനെക്കു* റിച്ച് നിരവധിപഠനങ്ങൾ ഇതിനകം ഇറങ്ങിക്കഴിഞ്ഞിരിക്കുന്നു. 1907 ന്റെ അവസാനത്തിലാണ് ആശാൻ ഈ കാവ്യം രചിക്കുന്നത്. തൊട്ടടുത്ത വർഷം മൂർക്കോത്തു കുമാരൻ പത്രാധിപരായിട്ടുള്ള *മിതവാദി* മാസിക യിൽ *ഒരു വീണപൂവ്* എന്ന പേരിലാണ് ഇത് ആദ്യം പ്രസിദ്ധീകരിച്ചത്. പിന്നീട് *ഭാഷാപോഷിണിയിൽ* ഇത് പ്രസിദ്ധീകരിച്ചു. *വീണപൂവ്* അന്ന ത്തെ തിരുവിതാംകൂർ സംസ്ഥാനത്തെ പദ്യപാഠാവലിയിൽ ഉൾപ്പെടു ത്തപ്പെട്ടു. അക്കാലത്ത് കുമാരനാശാന് ഇത് വലിയൊരംഗീകാരമായി രുന്നു. 1915 ലാണ് *വീണപൂവ്* പുസ്തകരൂപത്തിൽ പ്രസിദ്ധീകരിക്കുന്നത്. 1909 ൽ രചിച്ച *ഒരു സിംഹപ്രസവം* എന്ന കവിതയും കൂടി ഉൾപ്പെടു ത്തിയതിനാൽ *രണ്ടു ഖണ്ഡകൃതികൾ* എന്നാണ് പുസ്തകത്തിന് പേരി ട്ടത്.

നാളിതുവരെ നിലനിന്ന കാവ്യഭാവുകത്വത്തെ പിൻപറ്റാത്തവിധം മൗലികവും സർഗാത്മകവുമായിരുന്നു *വീണപൂവ്.* ഖണ്ഡകാവ്യശാഖ യുടെയും റൊമാന്റിക് പ്രസ്ഥാനത്തിന്റെയും പ്രവണതകൾ അതിന്റെ എല്ലാ ഗുണങ്ങളോടെയും മലയാള സാഹിത്യം ആദ്യമായി അനുഭവി ക്കുന്നത് *വീണപൂവിലൂടെയാണ്.*

മണ്ണിലേക്ക് വീണുപോയ ഒരു പൂവിലൂടെ ജീവിതത്തിന്റെയും പ്രപ ഞ്ചത്തിന്റെയും വേരുകൾ തേടിയാത്രപോകാൻ നമ്മെ ക്ഷണിക്കുന്ന കവി

തയാണിത്. വീണുകിടക്കുന്ന പൂവിനെ മുൻനിർത്തി മനുഷ്യജീവിതത്തെ വിചാരണ ചെയ്യുകയാണ് കവി. കവിത തുടങ്ങുന്നത് ഇങ്ങനെയാണ്:

> ഹാ! പുഷ്പമേ, അധികതുംഗപദത്തിലെത്ര
> ശോഭിച്ചിരുന്നിതൊരു രാജ്ഞികണക്കയേ നീ
> ശ്രീ ഭുവിലസ്ഥിര-അസംശയം-ഇന്നു നിന്റെ-
> യാഭൂതിയെങ്ങു, പുനരിങ്ങു കിടപ്പിതോർത്താൽ-

സൗന്ദര്യത്തിന്റെ പ്രതീകമായി വിടർന്നുല്ലസിച്ച് ഒരു ചെടിയുടെ ഹൃദയമായി നിന്ന പൂവാണ് അതിന്റെ ജൈവ ശരീരത്തിൽനിന്നുമടർന്ന് മണ്ണിൽ തകർന്നുകിടക്കുന്നത്. ഈ പൂവിനെയാണ് ആശാൻ അഭിസം ബോധന ചെയ്യുന്നത്. തകർന്നുകിടക്കുന്ന ഈ പൂവിന്റെ ജീവിതത്തെ കാണിച്ചുകൊണ്ട് ആശാൻ മനുഷ്യരോടാണ് സംവദിക്കുന്നത്. അതാ യത് പൂവ് ഇവിടെ പ്രതീകം മാത്രമാണ്. പൂവിന് കർത്തൃത്വപദവി ലഭി ക്കുന്നില്ല. അതുകൊണ്ടുതന്നെ അത് ഏത് പൂവാണെന്ന് ആശാൻ പറ യേണ്ടതില്ല. *മിതവാദി*യിൽ ഒരു വീണപൂവ് എന്ന പേരിലാണ് ഈ കവിത പ്രസിദ്ധീകരിച്ചു വന്നത് എന്നു കൂടി ഇവിടെ ഓർമിക്കേണ്ടതുണ്ട്. പൂവിന്റെ ഐഡന്റിറ്റി അന്ന് ഒരു പ്രശ്നമാവാതെ പോവുന്നത് മനുഷ്യ ജീവിതത്തിന്റെ മൂല്യസങ്കൽപ്പനങ്ങളിൽ വിപ്ലവാത്മകമായ മാറ്റം വരേ ണ്ടതുണ്ടെന്ന നവോത്ഥാന ചിന്ത ആശാനിൽ ശക്തമായി നിലനിന്നിരു ന്നതുകൊണ്ടാണ്. സാംസ്കാരികമായി വിടർന്നു വിലസാതെ നൂറ്റാണ്ടു കളായി അന്ധകാരത്തിൽ വീണുകിടക്കുന്ന സാമൂഹികവ്യവസ്ഥയെക്കു റിച്ചുള്ള ഉൽക്കണ്ഠകളായിരുന്നു കുമാരനാശാൻ എന്ന കവിയെ രൂപ പ്പെടുത്തിയത്.

വീണുകിടക്കുന്ന പൂവിൽ നിന്ന് അതിന്റെ ഓരോ ജീവിതഘട്ടത്തി ലേക്ക് പിന്നോട്ടു സഞ്ചരിച്ചുകൊണ്ടാണ് കവിത മുന്നേറുന്നത്. പൂവിന്റെ ശൈശവം, ബാല്യം, യൗവനം എന്നിവയിലൂടെ സഞ്ചരിച്ച് വീണ്ടും വർ ത്തമാനത്തിൽ(വീണുകിടക്കുന്ന പൂവിന്റെ അവസ്ഥയിൽ) എത്തി കവിത അവസാനിക്കുമ്പോൾ ദാർശനികതയുടെയും കാവ്യസൗന്ദര്യത്തിന്റെയും പുതിയ ലോകം വിരിഞ്ഞു വരുന്നത് കാണാം. മണ്ണിൽ വീണുപോയ പൂവ് അങ്ങനെ മനസിൽ നിത്യസൗരഭം പടർത്തി വിടർന്നുനിൽക്കുക യാണ്.

വീണപൂവിന്റെ പാഠങ്ങൾ

വീണപൂവിന് നിരവധി പാഠങ്ങൾ ഉണ്ടായിട്ടുണ്ട്. ഇനിയും വായന യുടെ വ്യതിരിക്തമായ സാധ്യതകൾ ഈ കവിതയിൽ നിറഞ്ഞുകിടപ്പു ണ്ട്. ഓരോ നിരൂപകനും വ്യത്യസ്തമായ വീക്ഷണത്തിലൂടെ വീണ പൂവിന് ജീവൻകൊടുത്തുകൊണ്ടിരുന്നു. വിദ്വാൻ സി എസ് നായർ ആശാന്റെ വിയോഗത്തെക്കുറിച്ചെഴുതിയ ലേഖനത്തിൽ വീണപൂവിനെ ഇങ്ങനെ നിരീക്ഷിക്കുന്നു:

വീണപൂവിലെ ആദ്യഭാഗത്തിൽ, വീണുകിടക്കുന്ന പൂവിന്റെ സ്ഥിതിയെ, അകാല മരണം പ്രാപിച്ച ഉയർന്ന നിലയിലുള്ള ഒരു മനുഷ്യന്റെ സ്ഥിതിയെപ്പോലെ ഭാവന ചെയ്തു കരുണാമയമായ വിധത്തിൽ വർണിക്കുന്ന കവി, ഉത്തരഭാഗത്തിൽ, ഭോഗനിമഗ്ന മായ ഐഹികജീവിതത്തിന്റെ നിസാരതയേയും പരോപകാരൈ കപരായണമായി കഴിഞ്ഞുകൂടുന്ന ജീവിതത്തിന്റെ ആമുഷ്മിക മായ സൗഭാഗ്യത്തേയും തത്വശാസ്ത്രവിദഗ്ധനായ ഒരു ലോക വിമർശകന്റെ നിലയിൽ ഭംഗിയായി പ്രതിപാദിച്ചു വായനക്കാർക്ക് കൃത്യാകൃത്യോപദേശം ചെയ്യുന്നു. കൃശപദങ്ങളെക്കൊണ്ടു വിപു ലാർഥങ്ങളെ പ്രതിപാദിക്കുന്ന ഗംഭീരാശയങ്ങളായ പല പദ്യങ്ങളും വീണപൂവിൽ കാണുന്നതാണ്. വാസ്തവത്തിൽ വീണപൂവിനെ പ്പോലെ സാരഗർഭവും സാരസ്യപൂർണവുമായ ഒരു ഖണ്ഡ കാവ്യം മലയാളഭാഷയിലില്ലെന്നുതന്നെ വേണം പറയാൻ.[1]

നമ്മുടെ ഭാഷയിലുണ്ടായ മികച്ച കവിതയായി *വീണപൂവ്* അന്നേ തിരിച്ചറിയപ്പെടാൻ തുടങ്ങി എന്ന സൂചനയാണ് ഈ പ്രബന്ധം നൽകു ന്നത്. സാധാരണമട്ടിലുള്ള ഒരു ചരമക്കുറിപ്പിനപ്പുറം ആശാൻ കവിതക ളിലേക്കുള്ള സഞ്ചാരത്തിനും വിദ്വാൻ സി എസ് നായർ ഇവിടെ ശ്രമി ക്കുന്നുണ്ട്.

കുമാരനാശാന്റെ കാവ്യവക്തിത്വത്തിന്റെ പിളർപ്പ് *വീണപൂവിലൂടെ* സംഭവിക്കുന്നുണ്ട്. *വീണപൂവിനു* മുമ്പുള്ള ആശാന് സ്തോത്രകാവ്യര ചയിതാവിന്റേതായ ഒരു പരിവേഷമുണ്ടായിരുന്നു. സി രാജേന്ദ്രൻ എഴു തുന്നു:

രണ്ടു ബർട്രന്റ് റസ്സൽ ഉണ്ടായിരുന്നുവെന്ന് വിൽഡ്യൂറന്റ് അഭി പ്രായപ്പെട്ടതുപോലെ രണ്ട് കുമാരനാശാന്മാരുണ്ടായിരുന്നുവെന്ന് പറയാം–*വീണപൂവിന്റെ* രചനയ്ക്കു മുമ്പുള്ള സ്തോത്ര രചയി താവാണ് ഒന്നാമൻ. *വീണപൂവ്* മുതലുള്ള വിപുല വാങ്മയ ത്തിന്റെ കർത്താവായ രണ്ടാമൻ മലയാളകവിതയിലെ ഒരു പുതു യുഗപ്പിറവിയുടെ നാന്ദികുറിച്ച എഴുത്തുകാരനും. (*മലയാളവി മർശം,* മലയാള കേരളപഠനവിഭാഗം, കാലിക്കറ്റ് സർവകലാശാ ല–2007, ഡിസംബർ).

മലയാളകവിതയുടെ വഴിത്തിരിവായി മാറിയ *വീണപൂവ്* കവിയുടെ സർഗാത്മകജീവിതത്തിന്റെ വഴിത്തിരിവുകൂടിയായിരുന്നു എന്നാണ് ഇത് സൂചിപ്പിക്കുന്നത്. *വീണപൂവ്* സ്ത്രീയായാണ് കൽപ്പിക്കപ്പെട്ടിരിക്കുന്ന

---

1. പരേതനായ കുമാരനാശാനവർകൾ, ഗുരുനാഥൻ പുസ്തകം 3 ലക്കം 8, മീനം 1099, *വിവേകോദയം,* ആശാൻ ചരമ വാർഷികപ്പതിപ്പ്, മാർച്ച്–2008–ൽ ചേർത്തതിൽനി ന്ന്. കുമാരനാശാൻ ദേശീയ സാംസ്കാരിക ഇൻസ്റ്റിറ്റ്യൂട്ട്, തോന്നയ്ക്കൽ, തിരുവന ന്തപുരം.

ത്. സ്ത്രീജീവിതത്തെ പുരുഷന്റെ നോട്ടപ്പാടിലൂടെ കാണുകയാണ്
വീണപൂവിൽ.

വൈരാഗ്യമേറിയൊരു വൈദികനാട്ടെ, യേറ്റ
വൈരിക്കുമുമ്പുഴറിയോടിയ ഭീരുവാട്ടെ,
നേരേവിടർന്നു വിലസീടിന നിന്നെ നോക്കി-
യാരാകിലെന്തു? – മിഴിയുള്ളവർ നിന്നിരിക്കാം!

ഇവിടെ പൂവിന്റെ സൗന്ദര്യം ആസ്വദിക്കാതെ പോകാൻ കഴിയില്ല
എന്നു കവി വിചാരിക്കുന്നവരൊക്കെ പുരുഷന്മാരാണ്. ലൗകിക സുഖ
ങ്ങളോട് വെറുപ്പുള്ള ദാർശനികനോ വേദാന്തിയോ ആയ പുരുഷൻ.
അവൻ ഇതുവരെ മനസിലും ശരീരത്തിലും കെട്ടിയുയർത്തിയ ആത്മ
പ്രചോദനങ്ങളെ തകർത്ത് തന്റെ ജൈവകാമനകളെ ഉണർത്താൻ കഴി
യുന്നതാണ് പൂവിന്റെ സൗന്ദര്യമെന്ന് കവിക്കുറപ്പുണ്ട്. അതുപോലെ
ശത്രുവിനോട് ഏറ്റുമുട്ടാൻ ആരോഗ്യവും ധൈര്യവുമില്ലാത്ത അഥവാ
നടപ്പ് പുരുഷസങ്കൽപ്പനങ്ങളിൽ ഇടമില്ലാത്ത ഭീരുവും പുരുഷത്വവുമി
ല്ലാത്തവനായ ഒരുവൻപോലും ഈ പൂവിന്റെ സൗന്ദര്യത്തെ നോക്കി
നിൽക്കുമത്രേ! പൂവല്ല പെണ്ണാണ് ഇവിടെ നേരേ വിടർന്നു വിലസി
നിൽക്കുന്നതെന്ന് ആർക്കാണ് അറിയാത്തത്. യൗവനത്തിന്റെ എല്ലാ പ്ര
സരിപ്പുകളുംകൊണ്ട് പുരുഷനെ പ്രലോഭിപ്പിക്കുന്നവിധം ഈ സ്ത്രീയെ
ഒരുക്കിനിർത്തിയത് ആരാണ് എന്ന ചോദ്യം പ്രസക്തമാണ്. കരുണ
യിലെ വാസവദത്തയുടെ സൗന്ദര്യപ്രതാപ കാലത്തുനിന്നും അംഗച്ഛേദം
നടത്തി ചുടുകാട്ടിലെറിയപ്പെട്ട അതേ അനുഭവത്തിന്റെ ആദ്യസൂചനകൾ
വീണപൂവിൽ കണ്ടെത്താം. സ്ത്രീയുടെ ശരീരത്തെ ഭോഗകാമനകളായി
മാത്രം കാണുന്ന ഫ്യൂഡൽ പുരുഷാധിപത്യകാലത്ത് ശരീരത്തിനപ്പുറം
മനസിനെ പകരം വച്ചുകൊണ്ടുള്ള സ്ത്രീപക്ഷ ചെറുത്തുനിൽപ്പിനുള്ള
ശ്രമങ്ങൾ ആശാൻ *വീണപൂവിലൂടെ* ആരംഭിക്കുകയായിരുന്നു.

സ്ത്രീശരീരത്തെ പുരുഷന്റെ നോട്ടപ്പാടിലൂടെ അവതരിപ്പിച്ചുകൊണ്ട്
പുരുഷഭാവുകത്വത്തിന്റെ കോട്ടകളെ ആക്രമിക്കുന്ന ഒരു ഗറില്ലാ യുദ്ധ
തന്ത്രം ആശാൻ കവിതകളിൽ സൂക്ഷ്മമായി പ്രവർത്തിക്കുന്നതു
കാണാം. പൂവിനെ പെണ്ണായി അവതരിപ്പിച്ചതുകൊണ്ട് ചില നിരൂപകർ
(ഡോ. എം ലീലാവതി മുതൽ എം ജി എസ് വരെ) അഭിപ്രായപ്പെടുന്ന
തുപോലെ ഏതോ സ്ത്രീയോടുള്ള ആശാന്റെ പ്രണയമാണ് വീണപു
വിൽ സുഗന്ധം പരത്തുന്നതെന്ന് നിരീക്ഷിക്കാൻ കഴിയില്ല. കാരണം
പൂവായ പെണ്ണ് പുരുഷാധിപത്യത്തിന്റെ ഇരയാണ്. കൊളോണിയൽ
ആധുനികതയുടെ കുടുംബ സങ്കൽപ്പനത്തിനു പുറത്തുനിൽക്കേണ്ടിവ
രുന്ന ഫ്യൂഡൽ പുരുഷാധിപത്യ സമൂഹത്തിന്റെ സൃഷ്ടിയായ ദേവദാ
സിയാണ് *വീണപൂവിലെ* പൂവ്. പി പവിത്രൻ എഴുതുന്നു:

കുടുംബിനീവൽക്കരണത്തിന്റെ പൊതു പ്രത്യയശാസ്ത്രത്തോട്
ഇടഞ്ഞുനിൽക്കുന്ന ചില ഘടകങ്ങൾ വീണപുവിൽ തന്നെ

കാണാം. എന്തുകൊണ്ട് പ്രേമത്തിന് ബാധം വരുന്നു? എന്തു കൊണ്ട് അത് കുടുംബത്തിലേക്ക് കടക്കുന്നില്ല? ജാതി കേന്ദ്രിത മായ ന്യൂക്ലിയർ കുടുംബഘടനയിലേക്ക് കടക്കുന്നതിനെ തടയുന്ന ഒരു പ്രത്യയശാസ്ത്രത്തിന്റെ പ്രവർത്തനം കാമനാലോകത്തേക്ക് വ്യാപരിക്കുന്നതിലാണിത്. (*കേഴാള സൗന്ദര്യശാസ്ത്രത്തിന്റെ നിർമിതി*, പി പവിത്രൻ, *മലയാളവിമർശം*–2007 ഡിസംബർ, മല യാള കേരളപഠനവിഭാഗം, കാലിക്കറ്റ് സർവ്വകലാശാല)

ആധുനിക കുടുംബപരിസരത്തേക്ക് കടക്കാൻ വിസമ്മതിക്കപ്പെട്ട് ദേവദാസികളായി മാത്രം ജീവിക്കാൻ വിധിക്കപ്പെട്ട സ്ത്രീയെ ദുഃഖദുരി തങ്ങളിലേക്ക് വീഴ്ത്തിക്കളയുന്നത് പുരുഷാധിപത്യവ്യവസ്ഥയാണെന്ന സൂചനകൾ *വീണപൂവ്* നൽകുന്നുണ്ട്.

വീണപൂവിലെ കീഴാളവായനകൾ

നിരവധി ശലഭങ്ങൾ പൂവിനോട് പ്രണയാഭ്യർഥന നടത്തുന്നുണ്ടെ ങ്കിലും ഒരു കരിവണ്ടിനെയാണ് അവൾ വരിക്കുന്നത്.

ഇതിൽനിന്ന് പൂവ് കുടുംബഘടനയിലേക്ക് പ്രവേശിച്ചെന്ന് കരുതാ നാവില്ല. മാത്രമല്ല വണ്ട് കീഴാളകാമുകനാണെന്നും പൂവ് സവർണസ്ത്രീ യാണെന്നുമുള്ള വത്സലൻ വാതുശ്ശേരിയുടെ നിരീക്ഷണം (*വീ ണപൂവിന്റെ രാഷ്ട്രീയം*, *മലയാളവിമർശം*–2007) ഫലത്തിൽ കീഴാള വിരു ദ്ധതയുടെ രാഷ്ട്രീയത്തെയാണ് ഒളിപ്പിക്കുന്നത്. കാരണം വീണപൂവ് സവർണസ്ത്രീയാവുന്നതോടെ സ്ത്രീപക്ഷവായനയുടെ അതുവഴി കീഴാ ളവായനയുടെ അന്വേഷണസാധ്യതകളാണ് അടഞ്ഞുപോകുന്നത്. ശല ഭങ്ങൾ സവർണ പുരുഷസൂചനകളാവുകയും ഈ സവർണ പ്രണ യാഭ്യർഥനകളെ പൂവ് നിരാകരിച്ചുകൊണ്ട് കറുത്തവനും കരുത്തനുമായ വണ്ടിനെ വരിക്കുന്നുവെന്നും പറഞ്ഞുകൊണ്ട് വണ്ടിനെ കീഴാളനായി സ്ഥാനപ്പെടുത്തുകയാണ് വത്സലൻ വാതുശ്ശേരി. അപ്പോൾ സവർണ തയുടെ സൗന്ദര്യപരിസരങ്ങളിൽ പ്രലോഭിപ്പിക്കപ്പെടുകയും സവർണ സൗന്ദര്യബോധത്തിൽ സ്വന്തം സ്വത്വം മറക്കുകയും ചെയ്യുന്ന ഒരാളാണ് വണ്ട് എന്നു വരുന്നു. മാത്രമല്ല, സവർണ സൗന്ദര്യത്തിന്റെ പതനത്തിൽ വിലപിച്ചകന്നുപോകുകയുമാണ് വണ്ട്. യഥാർഥത്തിൽ ഇങ്ങനെയൊരു വായന കീഴാള വിരുദ്ധതയല്ലാതെ മറ്റെന്താണ് ഉൽപ്പാദിപ്പിക്കുന്നത്.

പലരാലും കാമിക്കാനും പ്രണയിക്കാനുമുള്ള സാധ്യതകൾ നില നിൽക്കുന്ന സാമൂഹികാന്തരീക്ഷത്തിലാണ് അഥവാ കുടുംബ ഘട നയ്ക്കു വെളിയിലാണ് പൂവ് നിൽക്കുന്നത്. അതുകൊണ്ടാണ് ഭൃഗരാ ജൻ ഭ്രമരവര്യൻ എന്നൊക്കെ വിശേഷിപ്പിക്കപ്പെട്ട വണ്ട് (അത് കീഴാള പുരുഷനല്ല എന്ന് വ്യക്തം) അവിടം വെടിയുന്നത്. ഭൃംഗരാജന്റെ അനു രാഗം ഇവിടെ ആത്മാർഥതയില്ലാത്തതാണ്. എ നുജ്ജും എഴുതുന്നു:

ഭൃംഗരാജൻ വിരുതനാണ്. രജോഗുണപ്രധാനനാവണം രാജൻ.

ഭൃംഗങ്ങളിൽ രാജൻ ഭൃംഗരാജൻ. ആകെക്കൂടി ഇവിടത്തെ പദ
ങ്ങളുടെ തെരഞ്ഞെടുപ്പിലും വിന്യാസത്തിലും അതിസൂക്ഷ്മത
യുണ്ട്. എന്നംഗമിഹ തീറുകൊടുത്തുപോയ് ഞാനെന്ന് പറയാതെ
പറയുന്ന പൂവിനെ സംബന്ധിച്ചിടത്തോളം അനുരാഗമോതി വരി
ക, വിരുതനായിരിക്കുക, ഭൃംഗരാജനായിരിക്കുക എന്നീ സാഹച
ര്യങ്ങളിൽ ഒരു ചതിയുടെ അരങ്ങേറൽ നടക്കുന്നുണ്ട്. (*കാവ്യഭാ
ഷയുടെ തരംഗദൈർഘ്യം, മലയാളവിമർശം ഡിസംബർ–2007*)

പുരുഷാധിപത്യ-ഫ്യൂഡൽ കാലം സ്ത്രീകളോട് കാണിച്ച ഈ ചതി
യാണ് *വീണപൂവിന്റെ* അന്തർധാര. പ്രണയിക്കാനും പ്രണയിക്കപ്പെടാ
നുമുള്ള സ്ത്രീയുടെ അഭിവാഞ്ഛരകളെയാണ് ആൺകോയ്മകൾ
വീഴ്ത്തിക്കളയുന്നത്.

വിഷാദത്തിനും മരണത്തിനുമപ്പുറം

മരണത്തിലൂടെ നിത്യവിഷാദത്തിലേക്ക് വീണുപോയ പൂവാണ്
ഇതെന്ന നിരീക്ഷണങ്ങൾ *വീണപൂവിനെക്കുറിച്ചുണ്ടായിട്ടുണ്ട്.* മരണവാ
ഞ്ഛരയെ പുൽകിക്കൊണ്ട് വിഷാദത്തിന്റെ ഉപാസകനായി കുമാരനാ
ശാൻ മാറുകയായിരുന്നോ? *വീണപൂവ്* നിശ്ചയമായും വിഷാദത്തിന്റെ
ഘനീഭാവമാണ്. പക്ഷേ അത് ജീവിത പരാങ്മുഖമായ വിഷാദമാണോ?
അല്ലെന്നു തന്നെ പറയേണ്ടതുണ്ട്. നൂറു വർഷത്തിനുശേഷം അത് പാരാ
യണയോഗ്യമായി തോന്നുന്നത് ആ വിഷാദത്തിന്റെ ആത്യന്തിക സ്വഭാവം
കൊണ്ട് മാത്രമാണ്. വിസ്മരിക്കവയ്യാത്ത ഒരു ദുഃഖത്തിന്റെ മുലകം
അതിൽ ഉൾച്ചേർന്നിരിക്കുന്നു എന്ന് ആഷാമേനോൻ എഴുതുന്നു.
(*ചാക്രിക വിഷാദം, വീണപൂവിന്റെ നൂറ്റാണ്ട്, സമാ. സി എ) അനസ്*)
ഞെട്ടറ്റുപോയ ഈ പൂവിന്റെ വേരുകൾ ആഴ്ന്നു കിടക്കുന്നതിനു കാരണം
വിഷാദമാണെന്ന് ആഷാമേനോൻ പറയുമ്പോൾ അത് ജീവിതത്തിന്റെ
ക്ഷണികതയെക്കുറിച്ചു മാത്രമല്ല ജീവിതം തന്നെ അപ്രധാനമാകുന്ന
ഒരനുഭവത്തെക്കൂടി *വീണപൂവ്* തുറന്നു വയ്ക്കുന്നതായിത്തോന്നാം.

> "ഉല്പന്നമായത് നശിക്കും; അണുക്കൾ നില്ക്കും;
> ഉല്പന്നനാമുടൽ വെടിഞ്ഞൊരു ദേഹി വീണ്ടും;
> ഉല്പത്തി കർമ്മഗതിപോലെ വരും ജഗത്തിൽ"
> കല്പിച്ചിടുന്നിവിടെയിങ്ങനെയാഗമങ്ങൾ

ജീവിതത്തെ ഭൗതികമായി നിലനിർത്തുന്ന ഉടൽ ഇവിടെ അപ്ര
ധാനമാണ്. അത് ഭൗതികവും നശ്വരവുമായ വെറും ഉൽപ്പന്നം മാത്രമാ
ണ്. ദേഹത്തേക്കാൾ പ്രധാനം ഇവിടെ ദേഹിയാണ്. ദേഹിനിലനില്ക്കു
കയും കർമ്മഗതിപോലെ വീണ്ടും ലോകത്ത് അത് ഉടൽ ധരിക്കുകയും
ജീവിതത്തിന്റെ ചാക്രികവിഷാദം തുടരുകയും ചെയ്യും.

അതിഭൗതികമായ ഇത്തരം ദർശനങ്ങളിൽ അഭിരമിക്കാനുള്ള ആന്ത

രികമായ ചോദനകളാണ് ആഷാമേനോനെ *വീണപൂവിന്റെ* വിഷാദ സാധ്യ
തകൾ അന്വേഷിക്കുന്നു എന്ന വ്യാജേന ആർഷദർശനങ്ങളിലേക്ക്
കൊണ്ടുചെന്നെത്തിക്കുന്നത്. യഥാർഥത്തിൽ ബുദ്ധദർശനങ്ങളുടെ പരാ
ഗങ്ങൾ ആന്തരികമായി വഹിക്കുന്ന കൃതിയാണ് ആശാന്റെ *വീണപൂവ്.*
ഡോ. പ്രദീപൻ പാമ്പിരികുന്ന് എഴുതുന്നു:

> വേഡ്സ്വർത്തിനെയും ഷെല്ലിയെയും കീറ്റ്സിനെയുമെല്ലാം
> നിർമിച്ച വ്യാവസായികാനന്തര അഹം(self) ആയിരുന്നു ആശാന്റെ
> കാവ്യകർതൃത്വത്തെ നിർണയിച്ചത്. ഇന്ത്യൻ ബ്രാഹ്മണ ദാർശ
> നിക ചിന്തയിൽ വ്യക്തിക്ക് വലിയ പ്രാധാന്യം കൽപ്പിക്കപ്പെട്ടിരു
> ന്നില്ല. അത് അഹത്തെ ബ്രഹ്മത്തിൽ ലയിപ്പിച്ചുകളയുന്നു. അസ്തി
> ത്വത്തിലെ അസംതൃപ്തികളെ അവ അഭിസംബോധനചെയ്തി
> ല്ല. ഈ ഉപനിഷദ് ദർശനജഡത്വത്തെയാണ് ബുദ്ധൻ സ്വത്വാന്വേ
> ഷണത്തിലൂടെ മറികടന്നത്. അതിനാലാണ് ആശാൻ ബുദ്ധനിലാ
> കൃഷ്ടനായത്. വ്യവസ്ഥാപിത സമൂഹവുമായി സംഘർഷത്തിൽ
> നിലനിൽക്കുന്ന സ്വതന്ത്രമായ അഹത്തിന്റെ വിഹാരകേന്ദ്രമായി
> രുന്നു ആശാന്റെ കാവ്യലോകം. അസ്തിത്വത്തിന്റെ അനിശ്ചിത
> ത്വങ്ങളിലായിരുന്നു അതിന്റെ സഞ്ചാരങ്ങൾ. മനസ്സ് കലാവിഷ്കാ
> രത്തിന്റെ ഉപകരണവും കേന്ദ്രവുമാണെന്ന അരിസ്റ്റോട്ടിലിയൻ
> ചിന്തയിൽനിന്ന് മനസ്സ് (ആത്മം) തന്നെയാണ് ആവിഷ്കരി
> ക്കപ്പെടുന്നതെന്ന കാൽപ്പനികതയുടെ ആവിഷ്കാരപ്രമാണം
> ആശാനിലാണ് നാം ആദ്യം കാണുന്നത്. (*പ്രണയത്തിന്റെ ചരി
> ത്രസഞ്ചാരങ്ങൾ, പ്രസക്തി മാസിക, മെയ്–ജൂൺ*)

വീണപൂവിൽ ഇത്തരം സ്വത്വാന്വേഷണത്തിന്റെ സാധ്യതകൾ വിരി
യുന്നത് കാണാതെ പോകാൻ കഴിയില്ല. വ്യക്തിയുടെ ആത്മസഞ്ചാര
ങ്ങളെ കൂടുതുറന്നുവിടുകയും അത് സമൂഹത്തിന്റെ യാഥാസ്ഥിതിക
അധികാരരൂപങ്ങൾക്കെതിരെയുള്ള സ്വാതന്ത്ര്യപ്രഖാപനമാവുകയും
ചെയ്തു. സമൂഹത്തിൽനിന്നും അതിന്റെ സാംസ്കാരിക സന്ദർഭങ്ങ
ളിൽനിന്നും അടർന്നുമാറിക്കൊണ്ടുള്ള അന്വേഷണമായിരുന്നില്ല അത്.
ജീവിതനിഷേധത്തിന്റെ നിഴലിൽനിന്ന് *വീണപൂവ്* സ്വയം വിമോ
ചിക്കപ്പെടുകയായിരുന്നു.

ജീവിതാസക്തിയും പ്രണയകാമനകളും വിടർന്നു വിലസുന്ന
പൂവിന്റെ വീഴ്ചമാത്രമല്ല *വീണപൂവിലെന്നത്* പ്രത്യേകം ശ്രദ്ധിക്കേണ്ട
താണ്. ശ്രീ ഭൂവിലസ്ഥിരം എന്ന ദാർശനിക വിചാരങ്ങൾക്കുചുറ്റും മാത്ര
മായി ഭൃംഗരാജനെപ്പോലെ ചുറ്റിക്കറങ്ങിയാൽ പൂവിന്റെ ശ്രീ കെട്ടുപോ
കുമ്പോൾ ആ വണ്ടിനെപ്പോലെ നാമും *വീണപൂവിൽ* നിന്നകന്നു പോകു
ന്നു. കാരണം അതിഭൗതികവാദവായനകൾക്ക് ആർഷപാരമ്പര്യത്തിന്റെ
അടയാളങ്ങളിൽ മാത്രമേ താൽപര്യമുള്ളൂ.

ഉൽപ്പന്നമായത് നശിക്കുമെന്നതും ദേഹത്തിൽനിന്നും പിരിയുന്ന

ദേഹി കർമ്മഗതിപോലെ വീണ്ടും ജഗത്തിൽ ദേഹം സ്വീകരിക്കുമെന്നും കവി പറയുന്നത് ഉദ്ധരണിയിലൂടെയാണ്. അതായത് ആഗമങ്ങൾ അഥവാ ശാസ്ത്രവിധികൾ ഇങ്ങനെ പറയുന്നു എന്നനിലയിലാണ് ആശാൻ ഇത് അവതരിപ്പിക്കുന്നത്. ഇതിൽ കവി ഒരു നിഷ്പക്ഷത സ്വീകരിക്കുന്നു ണ്ടെന്ന കാര്യം പലരും മറന്നു പോവുകയാണ്. തുടർന്ന് ഖേദിക്കകൊണ്ട് ഫലമില്ല, എന്ന് ആശാൻ വ്യക്തമായി പറയുന്നുണ്ട്. വിഷാദത്തിലഭിരമി ച്ചുകൊണ്ട് പൂവിന്റെ സൗന്ദര്യത്തെ ആരാകിലെന്ത് മിഴിയുള്ളവർക്ക് കാണാതെപോവാൻ കഴിയില്ല.

പൂവിലേക്ക് മിഴിപായിച്ചവർക്ക് മിഴിയെ തിരിച്ചുവിളിക്കേണ്ടിവരുന്നു. പൂവിന്റെ ഈ കിടപ്പ് ഹൃദയഭേദകമത്രേ.

കണ്ണേ, മടങ്ങുക, കരിഞ്ഞുമലിഞ്ഞുമാശു
മണ്ണാകുമീ മലരു, വിസ്മൃതമാകുമിപ്പോൾ
എണ്ണീടുമാർക്കുമിതുതാൻ ഗതി, സാദ്ധ്യമെന്തു
കണ്ണീരിനാൽ? അവനിവാഴ്വു കിനാവു, കഷ്ടം!

കാഴ്ചകളിൽനിന്നും ഓർമകളിൽനിന്നും മറഞ്ഞുപോയി മണ്ണിലേ ക്കുചേരുന്ന പൂവിന്റെ ഗതിതന്നെയാണ് എല്ലാ ജീവജാലങ്ങൾക്കുമെന്ന തത്വചിന്തയിൽ വിഷാദത്തിന്റെ അശ്രുകണങ്ങളെ കണ്ടെത്താമെങ്കിലും മരണം എന്ന സാമാന്യസത്യത്തിനപ്പുറമുള്ള ദാർശനിക വിചാരങ്ങളി ലേക്ക് ഇത് ഉയരുന്നില്ല. വൈകാരികതയുടെ ഒരു നൈമിഷിക ദുഃഖസന്ദർഭം മാത്രമാണിത്. സ്വന്തം ജനങ്ങൾ മരിക്കുമ്പോൾ കരയു കയും പിന്നീട് സാധാരണ നില തുടരുകയും ചെയ്യുന്ന മനുഷ്യജീവിത ത്തിന്റെ അവസ്ഥയ്ക്കപ്പുറം *വീണപൂവിലെ* വിഷാദത്തിന് ആയുസ്സുണ്ടാ വുമെന്ന് തോന്നുന്നില്ല.

വീണപൂവിന്റെ ആമുഖത്തിൽ സി എസ് സുബ്രഹ്മണ്യൻ പോറ്റി എഴുതുന്നു:

ഒരു ഖണ്ധകൃതിയെങ്കിലും അഖണ്ഡമാഹാത്മ്യം ഉള്ള വീണ പൂവിനെക്കുറിച്ച് ഇനി ആർക്ക് എന്തു പറയാനാണുള്ളത്. അത്രത്തോളം അതിനെക്കുറിച്ച് നിരൂപണങ്ങളും വിമർശനങ്ങളും ചർച്ചകളും വിവരണങ്ങളും എല്ലാം പലരും പലതരത്തിൽ പറഞ്ഞു കഴിഞ്ഞിരിക്കുന്നു. ഞാൻ ഒന്നു പറയാം. എന്റെ സ്നേഹിതന്റെ മറ്റു കൃതികളെല്ലാം കളഞ്ഞുപോയെങ്കിൽ ആയ്കോട്ടെ; വീണ പൂവ്–ആ അരുമക്കാവ്യം– ഒന്നു മാത്രം മതി ആശാന്റെ യശസ്സിന്റെ അനശ്വരതയ്ക്ക്. ക്ഷണംപ്രതി കൂടുതൽ കൂടുതൽ തെളിഞ്ഞു തിളങ്ങുന്ന ആ ചെറു കാവ്യനക്ഷത്രം മലയാള സാഹിത്യനഭോ മണ്ഡലത്തിൽ ഉച്ചസ്ഥാനം പിടിച്ച് അങ്ങനെ നിൽക്കുകതന്നെ ചെയ്യും. *(ആശാന്റെ പദ്യകൃതികൾ, ഡി സി ബുക്സ്)*

1907 ൽ വീണപൂവിനെഴുതിയ ഈ ആമുഖം എത്രമേൽ സത്യമാ യിരുന്നു എന്ന് കാലം തെളിയിച്ചു കഴിഞ്ഞു. പുതിയ വായനകളിലൂടെ

വീണപൂവ് 'വീഴാത്ത പൂവായല്ല' മണ്ണിൽ വീണുകിടന്നുകൊണ്ട് തന്നെ ഓരോകാലത്തെയും അതിന്റെ ഭാവുകത്വങ്ങളെയും അഭിമുഖീകരിച്ചു കൊണ്ടിരിക്കുകയാണ്.

ഒരു സിംഹപ്രസവം

വീണപൂവ് എന്ന കാവ്യ സമാഹാരത്തിൽ ഉൾപ്പെടുത്തപ്പെട്ട കാവ്യമാണ് ഒരു *സിംഹപ്രസവം.* പുസ്തകത്തിന്റെ മുഖവുരയിൽ ഈ കവിതയെക്കുറിച്ച് ആശാൻ എഴുതുന്നു:

> സിംഹപ്രസവം എന്ന രണ്ടാമത്തെ കൃതി 1084 കർക്കിടകത്തിൽ തിരുവനന്തപുരം കാഴ്ചബംഗ്ലാവുതോട്ടത്തിലെ മൃഗശാലയിൽ പ്രസവിച്ച സിംഹത്തെപ്പറ്റി കുറെ തിടുക്കത്തിൽ എഴുതി *ഭാഷാ പോഷിണി* പ്രവർത്തകരുടെ അപേക്ഷപ്രകാരം അയച്ചുകൊടുക്കു കയും ആ മാസികയിൽ 1085 ചിങ്ങം,കന്നി ഈ മാസങ്ങളിലെ ഒന്നായുള്ള പ്രതിയിൽ പ്രസിദ്ധപ്പെടുത്തുകയും ചെയ്തിട്ടുള്ള താണ്.

1907–ൽ പ്രസിദ്ധീകരിക്കപ്പെട്ട ഈ കവിതയുടെ ആദ്യപേര് *സിംഹിയും കുട്ടികളും* എന്നായിരുന്നു. പിന്നീട് പുസ്തകരൂപത്തിൽ പ്രസിദ്ധീകരിച്ചപ്പോഴാണ് *ഒരു സിംഹപ്രസവം* എന്നാക്കി മാറ്റുന്നത്. ഈ കൃതി അന്നത്തെ പദ്യപാഠാവലിയിൽ ഉൾപ്പെടുത്തപ്പെട്ടിരുന്നു.

4

നളിനി: പ്രണയം ശരീരം ആത്മീയത

ആയിരത്തി തൊള്ളായിരത്തി എട്ടിൽ എഴുതിത്തുടങ്ങിയ *നളിനി* 1911 ലാണ് കുമാരനാശാൻ പൂർത്തിയാക്കി പ്രസിദ്ധീകരിക്കുന്നത്. നളി നിക്ക് അവതാരിക എഴുതിയത് എ ആർ രാജരാജവർമ്മയായിരുന്നു. *നളിനി അല്ലെങ്കിൽ ഒരു സ്നേഹം* എന്നാണ് അദ്ദേഹം തന്റെ അവതാരി കയ്ക്ക് തലക്കെട്ടു കൊടുത്തത്. ഈ അവതാരിക നളിനിയെപ്പോലെ തന്നെ പ്രസിദ്ധമായി. ഇത് ഒരു പുതിയ കാവ്യപ്രസ്ഥാനമാണെന്ന ബോധ്യമാണ് ആശാനെ എ ആർ രാജരാജവർമ്മയെക്കൊണ്ട് ഒരവതാ രിക എഴുതിപ്പിക്കാൻ പ്രേരിപ്പിച്ചത്. ഗതാനുഗതികത്വത്തേക്കാൾ നവന വോല്ലേഖകൽപ്പനയ്യാണ് കവികൾ അധികം ദൃഷ്ടിവെക്കേണ്ടതെന്ന് ഈ കാവ്യം വായിക്കുന്നവർക്ക് നല്ലവണ്ണം ബോധ്യപ്പെടും എന്ന് അദ്ദേഹം അവതാരികയിൽ എഴുതി.

പ്രണയകാമനകളെയും പ്രണയബാഹ്യമായ ആത്മാന്വേഷണങ്ങ ളെയും നേർക്കുനേർ നിർത്തുകയാണ് *നളിനിയിലൂടെ* കുമാരനാശാൻ.

മാംസനിബദ്ധമായ പ്രണയസങ്കൽപ്പനങ്ങളിൽ വല്ലാതെ അഭിരമി ച്ചുപോയ നമ്മുടെ കാവ്യപാരമ്പര്യങ്ങൾക്കെതിരെയുള്ള കാവ്യകലാപ മായിരുന്നു ആശാന്റെ ഈ കൃതി. പി കെ ബാലകൃഷ്ണൻ എഴുതി:

ഭോഗബദ്ധമല്ലാത്ത ശുദ്ധപ്രേമം എന്ന സങ്കൽപ്പം ഭാരതീയ സാഹി ത്യത്തിനും കലയ്ക്കും അന്യമാണ്. ശുദ്ധകാമം നിരന്തരമായ സംഭോഗാസക്തിയെ ഉപാസിക്കുമ്പോൾ ഭാരതീയമായ ശുദ്ധ പ്രേമം ക്രമികവും മാന്യവുമായ രതിബന്ധങ്ങളെ ഉപാസിക്കുന്നു. (*കാവ്യകല കുമാരനാശാനിലൂടെ*, സാഹിത്യപ്രവർത്തക സഹ കരണസംഘം)

ഇതിൽ നിന്നും വ്യത്യസ്തവും തികച്ചും ഭാരതീയമല്ലാത്തതും പരിഷ്കൃതവുമായ പ്രണയസാധ്യതകളുടെ അന്വേഷണം ആശാൻ കവി തകളിലൂടെ നടത്തുന്നു. കൊളോണിയൽ ആധുനികതയും ബൗദ്ധ സ്വാധീനവും ഇതിന് വഴിയൊരുക്കുന്നു. മാംസനിബദ്ധമല്ലാത്ത സ്ത്രീ പുരുഷ ബന്ധത്തെക്കുറിച്ചുള്ള ആലോചനകളിലൂടെ ആശാൻ യഥാർഥ ത്തിൽ ബ്രാഹ്മണിക്കൽ സദാചാരമൂല്യസങ്കൽപ്പനങ്ങളെ വെല്ലുവിളിക്കു കയായിരുന്നു.

സ്ത്രീകളെ ശരീരം മാത്രമായി കാണുന്ന പുരുഷാധിപത്യ ഫ്യൂഡൽ സാമൂഹിക ബന്ധങ്ങളുടെ സദാചാരബോധ്യങ്ങളെ ആശാന്റെ നളിനി യുൾപ്പെടെയുള്ള സ്ത്രീ കഥാപാത്രങ്ങൾ മുമ്പോട്ടുവച്ചു.

ലൗകിക ജീവിതം ഉപേക്ഷിച്ച് സത്യാന്വേഷണത്തിനായി ഇറങ്ങി ത്തിരിച്ച് ഹിമാലയത്തിൽ ഏറെക്കാലം കഴിഞ്ഞ ദിവാകരനെ മാത്രം ധ്യാനിച്ചിരിക്കുകയാണ് നളിനി. അവൾ ദിവാകരന്റെ ബാല്യകാല സഖി യാണ്. നളിനിയെ സംബന്ധിച്ച് ദിവാകരൻ തന്റെ പ്രണയത്തിന്റെ പ്രാണ നാണ്. ദിവാകരന്റെ വേർപാടിൽ അവൾ ഏറെ ദുഃഖിതയാണ്. മാതാപി താക്കൾ വിവാഹത്തിനായി നിരന്തരം നിർബന്ധിച്ചുകൊണ്ടിരിക്കുകയാ ണ്. അവസാനം അവർ തന്നെ വിവാഹിതയാക്കിയേ അടങ്ങൂ എന്ന് മന സിലാക്കിയ നളിനി വീടുവിട്ടിറങ്ങുന്നു. ദിവാകരൻ വീടുവിട്ടിറങ്ങുന്നത് ആത്മജ്ഞാനത്തിന്റെ പൊരുൾ തേടിയാണെങ്കിൽ നളിനി വീടുവിട്ടിറ ങ്ങുന്നത് അചഞ്ചലമായ പ്രണയത്തിന്റെ ഉൾച്ചൂടിൽനിന്നുമാണ്. നിരാ ശയുടെയും മോഹഭംഗത്തിന്റെയും അഗാധഗർത്തങ്ങളിലൂടെ സ്വയം മര ണത്തിലേക്ക് ആണ്ടുപോകാൻ അവൾ ആഗ്രഹിച്ചു. എന്നാൽ നളിനിയെ ഒരു യോഗിനി രക്ഷിക്കുകയാണ്. അഞ്ചുകൊല്ലം ആ യോഗിനിയൊ ത്തായി നളിനിയുടെ ജീവിതം.

ഒരിക്കൽ കാട്ടിൽ വച്ച് യാദൃച്ഛികമായി നളിനി ദിവാകരയോഗിയെ കാണുന്നു. നളിനിയിലെ നാടകീയമായ ഈ മുഹൂർത്തം കവി ഇങ്ങനെ വിവരിക്കുന്നു:

ദൂരെ നിന്ന യമിതന്നെയാശു ക–
ണ്ടാരതെന്നുമുടനേയറിഞ്ഞവൾ
പാരമിഷ്ടജനരൂപമോരുവാൻ
നാരിമാർക്കു നയനം സുസൂക്ഷ്മമാം.

ഞെട്ടിയൊന്നഥ കുഴങ്ങിനിന്നു പി–
ന്നൊട്ടു സംഭ്രമമിയന്നു പാഞ്ഞവൾ
തിട്ടമായ് യതിയെ നോക്കി, യാഴിയെ
മുട്ടിനിന്നണമുറിഞ്ഞ വാരിപോൽ.

'അൻപിനിന്നു, ഭഗവൻ, ഭവൽപദം
കുമ്പിടുന്നഗതിയായ ദാസി ഞാൻ'
വെമ്പിയേവമവളോതി, യോഗിതൻ–
മുൻപിൽ വീണു മൃദുഹേമയഷ്ടിപോൽ:

കാലം നളിനിക്കുമുമ്പിൽ തന്റെ പ്രാണേശ്വരനെ കൊണ്ടെത്തിച്ചി
രിക്കുകയാണ്. ദിവാകരനോടുള്ള പ്രണയതപസ്സിന്റെ വാത്മീകങ്ങൾ ഈ
വനാന്തരത്തിൽ വച്ച് പിളർക്കപ്പെടുകയാണ്. പ്രണയതാപത്താൽ ശരീ
രവും മനസ്സും പൊള്ളലേറ്റു പിടഞ്ഞ തന്റെ ജീവിതം അവൾ ദിവാകര
നുമുമ്പിൽ തുറന്നു വച്ചു

"കഷ്ടകാലമഖിലം കഴിഞ്ഞു ഹാ!
ദിഷ്ടമീ വടിവിയന്നു വന്നപോൽ
ദൃഷ്ടനായിഹ ഭവാൻ! ഭവാനു പ-
ണ്ടിഷ്ടയാം നളിനി ഞാൻ മഹാമതേ!

എന്നവൾ സ്വയം വെളിപ്പെടുത്തുകയാണ്. തന്റെ പ്രണയനായകൻ
നാട്ടിൽനിന്നു മറഞ്ഞതുകേട്ട് ദുഃഖത്തിന്റെ ദുരിതഭൂമിയിലേക്കു നിലംപ
തിച്ചതും അന്നുമുതൽ അനുഭവിച്ച വേദനകളും ആത്മഹത്യാശ്രമവു
മൊക്കെ ദിവാകരയോഗിയോട് നളിനി പറയുകയാണ്. മനുഷ്യഹൃദയ
ത്തിൽ മുള്ളുകൊണ്ട് പോറുന്ന നളിനിയുടെ വാക്കുകൾ ദിവാകരനിൽ
യാതൊരു ചലനവുമുണ്ടാക്കിയില്ല. കാരണം അയാൾ ദിവാകരനല്ല;
യോഗിയാണ്. സംസാരദുഃഖങ്ങളൊന്നുമേ ആ ഹൃദയത്തിൽ പോറ
ലേൽപ്പിക്കില്ല. അയാൾക്കുമുമ്പിൽ സഹജീവികളെല്ലാം സമമാണ്.
അവിടെ സ്ത്രീയെന്നോ പുരുഷനെന്നോ വ്യത്യാസമില്ല. കാമുകിയോ
അമ്മയോ സഹോദരനോ സഹോദരിയോ ഇല്ല. നിത്യനിസ്സംഗതയുടെ
മരുപ്പറമ്പാണ് ദിവാകരയോഗിയുടെ മനസ്സ്. അതുകൊണ്ടാവാം,

കാട്ടിലിങ്ങൊരു മഹാനുഭാവതൻ-
കൂട്ടിലായ് ഭവതി, ഭാഗ്യമായി, ഞാൻ
പോട്ടെ,-ശാന്തി!- വിധി യോഗമിന്നിയും
കൂട്ടിയാകിലഥ കാൺകയാം ശുഭേ!"

എന്നു പറഞ്ഞുകൊണ്ട് ദിവാകരയോഗി യാത്രയാവുകയാണ്.

ഏവമോതി നടകൊൾവതിന്നവൻ
ഭാവമാർന്നു, പരിതപ്തയായുടൻ
ഹാ! വെളുത്തവൾ മിഴിച്ചു നിന്നു മൺ-
പാവപോലെ ഹതകാന്തിയായ് ക്ഷണം.

ദിവാകരനിൽനിന്ന് ഇങ്ങനെയൊരു നീക്കം നളിനി പ്രതീക്ഷിച്ചിട്ടു
ണ്ടാവില്ല. വിളറിവെളുത്ത് പാവപോലെ മിഴിച്ചുനിൽക്കുന്ന നളിനിയുടെ
ചിത്രമാണ് നാം കാണുന്നത്. വർഷങ്ങളായി പ്രണയതപം ചെയ്ത്
കണ്ടെത്തിയ ദിവാകരന്റെ നിസ്സംഗതയിൽ സ്തബ്ധയായിപ്പോകുന്ന നളി
നിയും അനുവാചകരെ സംബന്ധിച്ച് ഹൃദയഭേദക കാഴ്ചതന്നെ. കാരണം
അവരൊന്നും ദിവാകരനെപ്പോലെ യോഗികളല്ലല്ലോ. എന്നാൽ പി കെ
ബാലകൃഷ്ണൻ ചോദിക്കുകയാണ്:

നളിനി ദിവാകരനിൽനിന്ന് എന്താണിച്ഛിച്ചിരുന്നത്? എത്ര കണ്ട് അപ്രായോഗികമായാലും, പരിശുദ്ധ പ്രേമത്തിനും വേണമല്ലോ എന്തെങ്കിലും ലക്ഷ്യം. ദിവാകരനുമായി വിവാഹബന്ധമായ കുടുംബജീവിതമാണോ നളിനിക്കു വേണ്ടിയിരുന്നത്? അതല്ല ദിവാ കരന്റെ പാദസേവയുമായി വനത്തിൽ കൂടെക്കഴിഞ്ഞാൽ മതിയാ യിരുന്നോ നളിനിക്ക്? ....പ്രേമത്തിന്റെ മാർഗത്തിൽ ഇറങ്ങിത്തി രിച്ച രണ്ടു പരമസ്വാതികരുടെ പ്രേമപരിസമാപ്തിയെപ്പറ്റി സാമാ ന്യരീതിയിൽ ഇതാണല്ലോ നാം അഭിലഷിക്കുക. അപ്പോൾ വാസ്തവത്തിൽ നമ്മുടെ ജീവിതബോധവും ജീവിതാദർശസ ങ്കൽപ്പങ്ങളനുസരിച്ചുള്ള മാന്യമായ ചോദ്യങ്ങൾ, കൊലപോലെ യുള്ള കൊടുംപാതകമായി പരിണമിക്കുന്ന ഒരു അഭൗമികാന്ത രീക്ഷത്തിലാണ് *നളിനിയിലെ* പ്രേമകഥ നടക്കുന്നത്. കാവ്യ ത്തിലെ ആദ്യശ്ലോകം വായിക്കുന്നതോടെ, ആ ആഭൗമികാന്ത രീക്ഷം ശ്വസിച്ചുതുടങ്ങുന്ന നിങ്ങൾ അത്ഭുതകരമായ ആ കവിപ്രതിഭയുടെ മാസ്മര വശ്യതയിൽപ്പെടുന്നു. (*കാവ്യകല കുമാ രനാശാനിലൂടെ, സാഹിത്യപ്രവർത്തകസഹകരണസംഘം*)

പ്രണയത്തിന്റെ വൈരുധ്യാത്മകത

നളിനിയുടെ പ്രണയം യഥാർഥത്തിൽ വന്യവും ഭ്രാന്തവുമായിരി ക്കാം. പക്ഷേ അതിനേക്കാൾ വന്യവും ഭ്രാന്തവുമായത് ദിവാകരന്റെ ആത്മീയതയാണ്. അതുകൊണ്ടാണ് അയാൾ അവളുടെ പ്രണയഭ്രാ ന്തിനെ പരിഗണിക്കാതെ തന്റെ തന്നെ വാത്മീകത്തിലേക്ക് മടങ്ങിപ്പോ കുന്നത്. അയാൾ ഈ ലോകത്തിന്റെ യോഗിയല്ല. മനുഷ്യൻ എന്ന മഹാ പദത്തിന്റെ സംഗീതം അയാളിൽനിന്നുയരുന്നില്ല. ഉണ്ടായിരുന്നെങ്കിൽ,

> "പ്രാണനായക! ഭവാന്റെകുടവേ
> കേണുപോം ഹൃദയനീതനായഹോ!
> പ്രാണനെന്നെ വെടിയുന്നിതേ ജലം
> താണുപോം ചിറയെ മത്സ്യമെന്നപോൽ."

എന്നരോദനത്തിൽ ഉണരാതിരിക്കാൻ കഴിയില്ല. എന്നാൽ സ്നേഹ ത്തിന്റെ വിഭിന്ന വീക്ഷണങ്ങളാണ് നളിനിദിവാകരന്മാർ എന്ന അഭിപ്രാ യവും പ്രബലമാണ്[1]. ദിവാകരന്റെ സ്നേഹരാഹിത്യം സാമാന്യനോട്ട ത്തിൽ തോന്നുന്നതാണെന്നും സൂക്ഷ്മവീക്ഷണത്തിൽ തികച്ചും സ്നേഹസമ്പന്നനാണെന്നും നിരീക്ഷിക്കപ്പെടുന്നു. അയാളുടെ സ്നേഹം കേവലം വ്യക്തിപരമല്ലത്രേ. വിശാലലോകത്തെ ഒരുപോലെ അയാൾ സ്നേഹിക്കുന്നു. അവിടെ വലുപ്പച്ചെറുപ്പങ്ങളില്ല. അസാധാരണവും

---

1. *മലയാള ഖണ്ഡകാവ്യങ്ങൾ ഒരു പഠനം,* പ്രൊഫ. എം പി പണിക്കർ കേരള ഭാഷാ ഇൻസ്റ്റിറ്റ്യൂട്ട്

ആധ്യാത്മികവുമാണ് ആ സ്നേഹം. എന്നാൽ നളിനിയുടെ സ്നേഹമോ ദിവാകരനിലേക്കുമാത്രം ചുരുങ്ങിയതും ഭൗതികവുമാണ്.[1] വികാരത്തി നുമേലുള്ള വിവേകത്തിന്റെ വിജയമാണത്രേ *നളിനി കാവ്യത്തിന്റെ* അന്തർധാരയെന്നുള്ള വായനകളാണ് പ്രബലം.

എന്നാൽ മനുഷ്യജീവിതത്തിന്റെ ഉദാത്ത ഭാവമായ പ്രണയത്തെ വിരക്തിയുടെയും അലൗകികതയുടെയും മരുപ്പറമ്പിലേക്ക് ആട്ടിത്തെ ളിക്കപ്പെട്ടത് എന്തുകൊണ്ടാണെന്ന ചോദ്യത്തിനു പ്രസക്തിയുണ്ട്. മര ണത്തിലേക്കു മൂർച്ഛിച്ച് വീഴുന്ന നളിനിയെ താങ്ങുന്ന യോഗി അവളുടെ പ്രണയത്തിനു മുമ്പിൽ ഒരു മാത്രയെങ്കിലും പകച്ചുപോയില്ലേ? പുരു ഷന് ആസ്വദിക്കാനുള്ള ശരീരം മാത്രമാണ് സ്ത്രീയെന്നുള്ള പുരുഷാ ധിപത്യ വീക്ഷണങ്ങൾക്ക് മേൽക്കൈ ലഭിച്ചിരുന്ന ഒരു കാലത്ത് ശരീര കേന്ദ്രിതമായ മൂല്യസങ്കൽപ്പനങ്ങളിൽനിന്നും വിഭിന്നമായ ആശയമണ്ഡ ലത്തെ ബദൽ വയ്ക്കേണ്ടതുണ്ട്. അത്തരം ബദലുകൾക്കുവേണ്ടിയുള്ള കുതറലുകളാണ് ആശാൻ കവിതകൾ എന്നു പറയാം. പക്ഷേ നിലവി ലുണ്ടായിരുന്ന കവിതാപാരമ്പര്യത്തിലെ ശരീരനിഷ്ഠം മാത്രമായ സ്ത്രൈണാവിഷ്കാരങ്ങളോട് കലഹിച്ചുകൊണ്ട് ആശാൻ സൃഷ്ടിച്ച കഥാപാത്രങ്ങൾ ശരീരമില്ലാത്ത ആത്മാവുമാത്രമുള്ളവരായി എന്നത് ഒരു തെറ്റ് തിരുത്താൻ മറ്റൊരു തെറ്റ് ചെയ്യുന്നതുപോലെയായി. സ്ത്രീയെ ശരീരം മാത്രമായി കാണുന്നതുപോലെ തന്നെ ക്രൂരമാണ് അവളെ വെറും ആത്മാവ് മാത്രമായി കാണുന്നത് എന്ന ഡോ. എസ് ശാരദക്കുട്ടി യുടെ അഭിപ്രായം ഇവിടെ പ്രസക്തമാണ്. (ആശാന്റെ ശരീരദർശനം, വീണപുവിന്റെ നൂറ്റാണ്ട്, സം. സി എ അനസ്) മനസിനെയും ശരീര ത്തെയും വൈരുധ്യാത്മകമായി പരിഗണിച്ചുകൊണ്ടുള്ള പ്രണയസങ്കൽപ്പ നങ്ങളാണ് ആരോഗ്യപരമെന്നുള്ള പുതിയ കാഴ്ചപ്പാടുകൾ ഇവിടെ പ്രസ ക്തമാണ്.

പ്രണയത്തിൽ ജീവിച്ച് പ്രണയത്തിൽ ജീവിതം വെടിഞ്ഞവളാണ് നളിനി. പ്രണയത്തിന്റെ രക്തസാക്ഷിയാണ് നളിനി. തന്റെ പ്രാണേശ്വ രന്റെ കാൽപ്പാദങ്ങളിൽ അനശ്വരമായ പ്രണയമർപ്പിച്ച് കടന്നുപോയവ ളാണ് നളിനി. ആശാനിലെ ദ്വന്ദവ്യക്തിത്വത്തെയാണ് *നളിനിയിൽ* കാണാ നാവുന്നതെന്ന് പ്രൊഫ. എം പി പണിക്കർ അഭിപ്രായപ്പെടുന്നു: ആശാ നിലെ സ്വത്വത്തിൽ പ്രകടമായി നിൽക്കുന്ന ആധ്യാത്മിക സ്നേഹ ത്തിന്റെ പ്രതീകം ദിവാകരനും വ്യക്തിത്വത്തിൽ കാണുന്ന ഭൗതികസ്നേ ഹത്തിന്റെ പ്രതീകം നളിനിയും. (*മലയാള ഖണ്ഡകാവ്യങ്ങൾ ഒരു പഠ നം,* കേരള ഭാഷാ ഇൻസ്റ്റിറ്റ്യൂട്ട്).

നളിനിയുടെ ജീവിതത്തിന്റെ ലക്ഷ്യമെന്തായിരുന്നു? പ്രണയസാ ക്ഷാൽക്കാരമായിരുന്നോ? നളിനി ബ്രഹ്മസാക്ഷാൽക്കാരത്തിൽ മോക്ഷം പ്രാപിക്കുന്നതായി വാദിച്ചിട്ടുള്ളത് കെ എം ഡാനിയേലായിരുന്നു.[2]

---

1. *മലയാള ഖണ്ഡകാവ്യങ്ങൾ ഒരു പഠനം,* പ്രൊഫ. എം പി പണിക്കർ കേരള ഭാഷാ ഇൻസ്റ്റിറ്റ്യൂട്ട്

2. *നവ ചക്രവാളവും മറ്റും –* കെ എം ഡാനിയേൽ

നളിനിദിവാകരന്മാർ ദ്വൈതത്തിൽനിന്ന് അദ്വൈതത്തിലേക്ക് ലയിച്ച് പര മാനന്ദം പ്രാപിച്ചുവെന്ന് നിത്യചൈതന്യയതിയും എഴുതുന്നു.[1] യഥാർഥ ത്തിൽ ഇത്തരം അതിഭൗതികവാദപരമായ വായനകളിൽ ആശാന്റെ നളിനി തൃപ്തയാവുമെന്നുതോന്നുന്നില്ല. ദിവാകരനിലേക്കടർന്നുവീണ് പ്രണയത്തിന്റെ രക്തസാക്ഷിയായ നളിനിയെ മറികടക്കാൻ കഴിയുന്ന ആധ്യാത്മികതയ്ക്ക് എന്ത് അർഥമാണുള്ളതെന്ന് ഇന്ന് ആരെങ്കിലും ചോദിച്ചാൽ അവരെ കുറ്റം പറയാൻ കഴിയുമോ. അവളുടെ ആത്മത്യാ ഗത്തിനു മുമ്പിൽ അദ്വൈത ചിന്തകൾക്ക് പ്രസക്തിയുണ്ടെന്ന് കരുതാ നാവില്ല. യഥാർഥത്തിൽ പ്രൊഫ. എം പി പണിക്കർ നിരീക്ഷിച്ചതുപോലെ തത്വനിർധാരണമോ *നളിനി*യുടെ മോക്ഷപ്രാപ്തിയോ ഒന്നുമല്ല നളിനി യുടെ ആത്മത്യാഗമാണ് നളിനി എന്ന കാവ്യത്തെ അവിസ്മരണീയമാ ക്കുന്നത്. ദിവാകരൻ നളിനിക്ക് കൊടുക്കുന്ന ധർമോപദേശം അയാളുടെ സ്വയം ന്യായീകരണം മാത്രമായിരുന്നില്ലേ? യഥാർഥത്തിൽ നളിനിയാണ് സ്വന്തം ജീവിതവും മരണവും കൊണ്ട് ദിവാകരന് ധർമ്മോപദേശം നൽകി യത്. മരണത്തിലേക്ക് വീണുപോകുന്ന അവളെ താങ്ങാൻ അയാൾക്ക് ശക്തി ലഭിക്കുന്നത് ഈ ധർമോപദേശത്തിൽനിന്നാണ്. നളിനിയുടെ മര ണത്തിലൂടെ ജീവിതത്തിന്റെ കൊടിയാണുയരുന്നത്. നളിനിയുടെ ജീവി തവും മരണവും ദിവാകരൻ എന്ന യോഗി നാളിതുവരെ കെട്ടിയുയർത്തിയ ആത്മഗോപുരങ്ങൾ തകർക്കാൻ പോന്നതായിരുന്നു.

---

1.   *നളിനി എന്ന കാവ്യശിൽപ്പം* – നിത്യ ചൈതന്യയതി

5

ലീല: പ്രണയത്തിന്റെ പ്രാണഞരമ്പുകൾ

നളിനി പ്രസിദ്ധപ്പെടുത്തി മൂന്നു വർഷം കഴിഞ്ഞാണ് കുമാരനാ
ശാൻ *ലീല* പ്രസിദ്ധപ്പെടുത്തുന്നത്. 1913 ഡിസംബർ 11–ാം തീയതി എഴുതി
ത്തീർന്ന ഈ കാവ്യം പ്രസിദ്ധീകരിക്കപ്പെടുന്നത് 1914 ലാണ്. അതിന്റെ
മുഖവുരയിൽ ആശാൻ എഴുതുന്നു:

> *നളിനി* എഴുതി അവസാനിപ്പിക്കുന്നതിനു മുമ്പുതന്നെ ആ മാതിരി
> ഒരു ചെറിയകാവ്യം കൂടി എഴുതേണ്ട ആവശ്യകത തോന്നിയിരു
> ന്നു. കാരണം *നളിനിയിലെ* നായികാനായകന്മാർ രാജരസം
> മിക്കവാറും വിട്ട്, സ്വാതികാവസ്ഥയിൽ എത്തിനിൽക്കുന്ന പുണ്യാ
> ത്മാക്കളാണ്. അതിനു മുമ്പുള്ള അവസരകളിലാണല്ലോ ജീവിത
> ത്തിന്റെ കഷ്ടതകളും മാനസരഹസ്യങ്ങളും അധികം അടങ്ങി
> യിരിക്കുന്നത്.

പ്രണയത്തെ അതിന്റെ ജൈവാനുഭവങ്ങളിൽ മേയാൻവിടാതെ
അലൗകികതയുടെ ഗിരിനിരകളിലേക്ക് പറഞ്ഞയച്ച *നളിനിയുടെ* ആന്ത
രിക നിലവിളികളെ തിരിച്ചറിഞ്ഞ വാക്കുകളായിരുന്നു അത്. *നളിനി* എന്ന
കാവ്യം തുടങ്ങുന്നത് അലൗകികതയുടെയോ ആത്മീയതയുടെയോ
പശ്ചാത്തലത്തിലാണ്. അഥവാ നല്ല ഹൈമവതഭൂമിയുടെ ആധ്യാത്മിക
പരിസരത്തെ കൺമുമ്പിൽ നിർത്തിക്കൊണ്ടാണ്. എന്നാൽ ലീല തുട
ങ്ങുന്നതിങ്ങനെയാണ്:

> "പ്രണയപരവശേ, ശുഭം നിന-
> ക്കുണരുക, ഉണ്ടൊരുദിക്കിൽ നിൻപ്രിയൻ
> ഗുണവതി, നെടുമോഹനിദ്രവി-
> ട്ടുണരുക, ഞാൻ സഖി, നിന്റെ 'മാധവി."

പ്രണയത്തിന്റെ പ്രത്യക്ഷമായ സാന്നിധ്യത്തെ അതിന്റെ പാരവ
ശ്യത്തെ അവതരിപ്പിച്ചുകൊണ്ടുള്ള ഈ ആരംഭം തന്നെ ലൗകികതയുടെ
ജൈവസ്പർശമാണ്. മൂന്നു സർഗങ്ങളുള്ള കാവ്യമാണ് *ലീല*. കളിക്കു
ട്ടുകാരായ ലീലയും മദനനും യൗവനാരംഭത്തിൽ പ്രണയത്തിലാവുന്നു.
എന്നാൽ അവർക്ക് ഒന്നിക്കുവാൻ കഴിയുന്നില്ല. മറ്റൊരാളെ വിവാഹം
കഴിച്ച ലീല ഭർത്തൃഗൃഹത്തിൽ ഒരുവർഷം താമസിക്കുകയും അയാ
ളുടെ മരണശേഷം മദനനെ അന്വേഷിച്ചിറങ്ങുകയുമാണ്. ലീലയുടെ
പ്രാണപ്രിയനെ കണ്ടെത്തിയെന്നറിയിക്കുന്ന കൂട്ടുകാരി മാധവിയുടെ
മേലുദ്ധരിച്ച വാക്കുകളിലൂടെയാണ് കവിതയാരംഭിക്കുന്നത്. മറ്റൊരാളെ
വിവാഹം കഴിച്ചതോടെ തനിക്ക് എന്നെന്നേക്കുമായി നഷ്ടപ്പെട്ട ലീല
യുടെ ഓർമകളിൽ മാത്രം ജീവിച്ചുകൊണ്ട് അയാൾ വിന്ധ്യാവനത്തി
ലൂടെ അലയുകയാണ്.

> മൃഗപക്ഷികളോടു ചേർന്നുടൻ
> ഭൃഗുവിൽ പ്രേതസമം നടന്നിടും
> അകലത്തിലുമാളു കാൺകിലാ
> വികലാത്മാ വിടുമപ്പൊഴസ്ഥലം.

മനുഷ്യവാസമില്ലാത്ത ഈ പ്രദേശത്ത് ബുദ്ധിസ്ഥിരതയില്ലാത്തവ
രെപ്പോലെ പ്രേതസമം കഴിയുകയാണ് തന്റെ പ്രാണേശ്വരൻ എന്നു മന
സിലാക്കിയ ലീല അയാൾ അവിടം വിടുന്നതിനു മുമ്പ് കാണാൻ
തിടുക്കം കൂട്ടുകയാണ്:

> ഒരു കില്ലിനി വേണ്ട, ദൂരവും
> നിരൂപിക്കേണ്ട, നയിക്കയെന്നെ നീ
> വിരവിൽ സഖി, ജീവിതേശ്വരൻ
> മരുവുന്നൊരു ദിക്കിലെങ്കിലും."

കൂട്ടുകാരി മാധവി ഇതിനു പല തടസവാദങ്ങളും പറയുന്നുണ്ടെ
ങ്കിലും പ്രണയത്തിന്റെ മഹത്വം വിശദീകരിച്ചുകൊണ്ട് അവൾ അത്തരം
വാദങ്ങളെ മറികടക്കുകയാണ്. "ലീല," "ലീല," എന്നുമാത്രമുരുവിട്ടു
കൊണ്ട് പ്രാണനിൽ പ്രണയംകൊളുത്തി അലയുന്ന മദനനെത്തേടി
അവർ പലനാൾ യാത്ര ചെയ്ത് അവസാനം വിന്ധ്യാടവീതടത്തിൽ
എത്തുമ്പോൾ

> ഒരു വഴി തിരിയുമ്പൊഴോമലാൾക്ക–
> ങ്ങുരുതര ചമ്പകഗന്ധമോടുമുള്ളം
> പരിചിലഥ ഹരിച്ചു, 'നർമ്മദോമുർമ്മീ–
> പരിചയശൈത്യമിയന്ന മന്ദവായു.

നർമദാനദിയിലെ ഓളങ്ങളിൽ തട്ടി തണുത്ത ഇളംകാറ്റിലൊഴുകിയെ
ത്തുന്ന ചമ്പകഗന്ധത്തെ ലീല അനുഭവിക്കുന്നു. മദനൻ തനിക്ക് സമീ
പസ്ഥനാണ് എന്ന തിരിച്ചറിവാണ് ഈ ഗന്ധം അവൾക്ക് നൽകുന്നത്.

"വരിക ഹൃദയനാഥ, വൈകി കാണ്മാൻ,
തിരുവടി മൗലിയിൽ വയ്ക്കുവൻ മഹാത്മൻ;
തരിക ചിരവിയുക്തദർശനം, നീ
കരുണ വഹിക്കുക, ദാസി ഞാൻ ദയാലോ!

എന്ന് വിലപിച്ചുകൊണ്ടിരിക്കുമ്പൊളാണ് മദനൻ വരുന്നത്. ഓജസും തേജസും വറ്റി അസ്ഥിശേഷനായ മദനനെയാണ് അവൾ കാണുന്നത്. പക്ഷേ മാംസനിബദ്ധമല്ലാത്ത വിശുദ്ധമായ പ്രണയം ശരീരത്തെമാത്ര മല്ലല്ലോ കാണുന്നത്. ശരീരത്തിനുമപ്പുറം കടന്നെത്തുന്ന പ്രണയത്തിന്റെ അനുഭൂതി വിശേഷങ്ങളെയാണ് ഇവിടെ കവി ആവിഷ്കരിക്കുന്നത്. ലീലാമദനന്മാരുടെ സമാഗമത്തെ കവി അങ്ങേയറ്റം വികാരതീവ്രതയോ ടെയാണ് ആവിഷ്കരിച്ചിരിക്കുന്നത്.

ത്വരിതമുദിതബോധയായ്,തിരിഞ്ഞ–
ങ്ങരികിലഹൊ! സതി രൂപമൊന്നു കണ്ടാൾ;
പരവശത പിണഞ്ഞാരംഗമോടും
വിരവിലതിന്നടികുപ്പിനാലെണീറ്റാൾ.

പറകിൽ വികൃതരൂപമായതിൽത്താൻ
നിറയുമൊരമ്പൊടു ലീല കൈകൾ നീട്ടി,
വിരയൊടുമിണമുമ്പു വിസ്ഫുടാശം
ചിറകു വിതിർത്ത കപോതിപോലണഞ്ഞാൾ.

അവനുമവശനെങ്കിലും, സ്വബോധം
വ്യവഹിതമെങ്കിലുമാഞ്ഞുനോക്കിനിന്നാൻ
അവളെയതിവിരൂപനസ്ഥിശേഷൻ;
ധ്രുവമിഹ മാംസനിബദ്ധമല്ല രാഗം.

അവയവമിതരേതരം തലോടാ–
നവനവളൊത്തു തുനിഞ്ഞു ലാക്കുതെറ്റി,
സ്വവദനമെതിരിട്ടു ദർപ്പണത്തിൻ–
സവിധമണഞ്ഞൊരു കുട്ടിപോൽ കുഴങ്ങി.

ദയയൊടവൾ തലോടിയുമ്മവച്ചാൾ
ദയിതനെ രാഗമിരുന്ന ഹൃത്തടത്തിൽ
നിയതമഴൽ ചുടുന്ന നെറ്റിമേലും
പ്രിയതമ പൈതലെയമ്മയെന്നപോലെ.

ഇത്തരം വൈകാരിക മുഹൂർത്തങ്ങളിലൂടെ കടന്നു പോകുന്ന കവിതയിൽ പ്രണയത്തിന്റെ ഭൗതികമായ സാക്ഷാത്കാരത്തിലേക്കടു പ്പിക്കുകയല്ല ആശാൻ.

പ്രിയത കരകവിഞ്ഞു പാർത്തു വീണ്ടും
പ്രിയയുടെ മോഹനമോഹനം മുഖാബ്ജം;
സ്വയമലിവൊടുമൊന്നവൻ മുകർന്നാൻ
ഭയമുളവായതുപോലെ ഹാ! വെടിഞ്ഞാൻ.

ഈ ഒരുമാത്രയുടെ ശാരീരികാവേശത്തിൽനിന്ന് അടുത്ത നിമിഷ
ത്തിൽ ആത്മവിസ്മൃതിയിലാണ്ടുനിന്ന ലീലയെ വിട്ടകന്ന് മദനൻ രേവാ
നദിയിൽ തന്റെ ജീവനെ സ്വയം ഒഴുക്കിക്കളയുകയാണ്. തൊട്ടു പിറകേ
ലീലയും അവളുടെ പ്രണയത്തിന്റെ പ്രാണനും രേവാനദിയിലേക്ക് സ്വയം
അർപ്പിച്ചുകൊണ്ട് മദനനെ മരണത്തിലും പിന്തുടരുകയാണ്.

പ്രണയത്തെ അതിന്റെ വൈകാരികതയിൽ അഭിരമിപ്പിച്ചുകൊണ്ട്
ആശാൻ ആവിഷ്കരിക്കുന്ന ജീവിതാദർശങ്ങളെ സംബന്ധിച്ച് നിരവധി
പഠനങ്ങൾ ഉണ്ടായിട്ടുണ്ട്. ആശാൻ മുന്നോട്ടു വയ്ക്കുന്ന 'മാംസനിബ
ദ്ധമല്ല രാഗം' എന്ന സങ്കൽപ്പനം നിരവധി തലങ്ങളിൽ നിന്നുകൊണ്ടുള്ള
ചർച്ചകളെ അഭിമുഖീകരിച്ചിട്ടുമുണ്ട്.

ശരീരത്തിന്റെ തിരസ്കാരങ്ങൾ

ആദർശോജ്വലമായ പ്രണയഭാവങ്ങളിലേക്കുള്ള തുഴഞ്ഞുപോക്കായി
ആശാൻ ചിത്രീകരിക്കുന്ന *ലീലാകാവ്യ*ത്തിലെ ഏതൊരു സന്ദർഭങ്ങ
ളിലും ശരീരം തിരസ്കാരത്തിന്റെ ചാട്ടവാറടിയേറ്റ് പുളയുന്നുണ്ട്. ലീല
എന്ന പേര് തന്റെ പ്രാണനിൽ കൊളുത്തിക്കൊണ്ട് അലയുന്ന മദനൻ
ഒരു അസ്ഥിശേഷനായാണ് ആശാൻ അവതരിപ്പിക്കുന്നത്. ലീലയെന്ന
മന്ത്രം അയാളുടെ ആത്മാവിനെ മാത്രമേ ബാധിക്കുന്നുള്ളൂ. ശരീ
രംകൊണ്ട് അയാൾ വിരൂപനാണ്. ശാരീരികമായി മദനൻ അത്രമേൽ
മാറിയിരുന്നെങ്കിലും ലീല അയാളെ തിരിച്ചറിയുന്നുണ്ട്. കാണുന്നതിനു
മുമ്പേ ചമ്പകഗന്ധത്തിലൂടെ അയാളുടെ സാന്നിധ്യവും അവൾ മനസി
ലാക്കുന്നു. ശരീരത്തെ പരിഗണിക്കാതെയുള്ള ഇത്തരം അന്വേഷണ
ങ്ങൾക്ക് ആശാൻ എന്തുകൊണ്ടാണ് മുതിർന്നത്. ശരീരത്തിന്റെ പ്രലോ
ഭനങ്ങളിൽനിന്നും കാമനകളിൽനിന്നും ഒളിച്ചോടാൻ സ്വന്തം പ്രാണനെ
ത്തന്നെ ഒഴുക്കിക്കളയുന്നവരാണ് ആശാന്റെ പുരുഷന്മാർ. *നളിനി*യിലും
*ലീല*യിലും പ്രണയം മാംസം വെടിഞ്ഞ് രൂപമില്ലാതെ ആത്മാവിന്റെ
ആഴങ്ങളിലൂടെ സഞ്ചരിക്കുകയാണ്.

എന്നാൽ മനുഷ്യജീവിതത്തിന്റെ ആഴങ്ങളിലേക്കുകൂടി അത് കട
ന്നെത്തുംവിധം മനസും ശരീരവും തമ്മിലുള്ള വൈരുധ്യാത്മക ബന്ധ
ത്തെ തിരിച്ചറിയാനുള്ള സർഗാത്മകമായ കഴിവ് ആശാൻ കവിതകൾ
ക്കുണ്ട്. ഇതാണ് *ലീല*യടക്കമുള്ള കാവ്യങ്ങളെ സമകാലിക വായനാസ
ന്ദർഭങ്ങളിലേക്കു ചേർത്തുനിർത്തുന്നത്. ലീലാകാവ്യത്തിൽ മദനന്റെ
ശരീരം ഒരുമാത്രയെങ്കിലും *ലീല*യ്ക്കുവേണ്ടി ഉണരുന്നതു കാണാം.
മാത്രമല്ല ലീല മദനനെത്തേടിയിറങ്ങുമ്പോൾ അവൾ അവനോടൊ

ത്തുള്ള ഭാവിജീവിതത്തെയും സ്വപ്നം കണ്ടിരിക്കാം. പി കെ ബാലകൃ
ഷൻ എഴുതി:

> മദനനോട് ലീലയ്ക്കുള്ള ഹൃദയവേഴ്ചയും കാവ്യത്തിന്റെ ഒന്നും
> രണ്ടും സർഗങ്ങളിൽ മാനുഷികമായ സ്ത്രീപുരുഷാഭിനിവേശ
> ത്തിന്റെ തലത്തിൽതന്നെ വർത്തിക്കുന്നു. ലോകത്തിൽ മറ്റെന്തി
> നേക്കാളുമുപരി പ്രേമത്തിനു വിലകൽപ്പിക്കുന്ന വ്യക്തിയാണ്
> ലീല. പക്ഷേ കാമുകനുമായി ഇണചേർന്ന് അയാളൊത്തുജീവിച്ച്
> അയാളുടെ സ്നേഹത്തിനും ശാസനയ്ക്കും വഴങ്ങാൻ ആഗ്രഹി
> ക്കുന്ന ഒരു സാമാന്യമനുഷ്യവ്യക്തികൂടിയാണവൾ. (*കാവ്യകല
> കുമാരനാശാനിലൂടെ. പ്രസാ. സാഹിത്യപ്രവർത്തക സഹകരണ
> സംഘം*)

ഇവിടെ ശരീരവും മനസും വൈരുധ്യാത്മകമായി സംഗമിക്കുന്നത്
കാണാം. ഒരേസമയം അത് പ്രണയത്തിന്റെ രണ്ടവസ്ഥകളെ പുൽകു
കയും എന്നാൽ വളരെ വേഗം ആദർശത്തിന്റെ അലൗകികതയിലേ
ക്കാണ്ടുപോകുന്നതും കാണാം. രേവാനദിയിലേക്കെടുത്തുചാടി ആത്മഹ
ത്യചെയ്യുന്ന മദനൻ എന്തുകൊണ്ടാണ് അങ്ങനെ ചെയ്യുന്നത്?

അയാളുടെ ഉപബോധമനസ് പ്രണയത്തിന്റെ ശരീരോന്മുഖമായ
അവസ്ഥയെ പ്രാപിക്കാൻ വെമ്പുന്നുണ്ട്. എങ്കിലും എന്തിനെയോ ഭയന്ന്
അയാൾ പിന്മാറുകയാണ്. ജീവിതാസക്തിയെ മറികടന്നുകൊണ്ട് അയാൾ
ജീവിതത്തെയും ജീവനെയും നിഷേധിക്കുകയാണ്.

ജീവിതനൈരാശ്യംകൊണ്ടയാൾ അങ്ങനെ ചെയ്തെന്ന് കരുതാനാ
വില്ലെന്ന് അഭിപ്രായപ്പെടുന്നവരുണ്ട്. ലീല വിവാഹിതയാണെന്ന് അറി
ഞ്ഞപ്പോൾ തന്നെ അയാൾക്കത് ചെയ്യാമായിരുന്നു. പക്ഷേ അതിനു മുതി
രാതെ ലീല, ലീല എന്നുരുവിട്ടുകൊണ്ട് വിസ്ധ്യാടവിയിൽ അയാൾ അല
യുകയാണ്. ലീലയെ ഒരിക്കൽക്കൂടി കാണാൻ അയാൾ ആഗ്രഹിച്ചിരി
ക്കാം. അയാളുടെ ഉപബോധത്തിലും അത് അത്രമേൽ നിറഞ്ഞുനിന്നി
രിക്കാം. അങ്ങനെയാണെങ്കിൽ ലീലയെ വീണ്ടും കാണുക എന്ന തന്റെ
ജീവിതാഭിലാഷം നേടുക, അതിലുപരി അവളുടെ സ്നേഹപ്രകടനം അനു
ഭവിച്ചറിയുക, മാത്രമല്ല അവളെ ഒന്നു ചുംബിക്കാൻ കൂടി ഭാഗ്യം കിട്ടുക
എന്നിങ്ങനെ തന്റെ ജീവിത ലക്ഷ്യങ്ങളെ നേടിക്കഴിഞ്ഞ് ജീവിതം അവ
സാനിപ്പിക്കുക. ഇത്തരത്തിലുള്ള വിചാരങ്ങളാണോ മദനനെ ജീവിത
ത്തിൽനിന്ന് പറിച്ചെറിഞ്ഞത്. (*മലയാള ഖണ്ഡകാവ്യങ്ങൾ ഒരു പഠനം:
പ്രൊഫ. എം പി പണിക്കർ. കേരള ഭാഷാ ഇൻസ്റ്റിറ്റ്യൂട്ട്*)

എന്താണെങ്കിലും പ്രണയത്തിന്റെ പുഷ്കല കാലങ്ങളിൽ
ലീലയുടെ പ്രണയലാളനങ്ങൾക്കുശേഷം മരണത്തിലേക്കാണ്ടുപോകു
വാൻ മദനൻ ഒരിക്കലും വിചാരിക്കാനിടയില്ല. പ്രണയനൈരാശ്യത്തിന്റെ
വിഷാദകാലത്തിന്റെ പാരമ്യത്തിൽ മാത്രം കണ്ടുമുട്ടുന്ന ലീലയിൽനി
ന്നാണ് അയാൾ സ്വയം അടർന്നുപോകുന്നത്. ലീലയുടെ വേർപാടിനു

ശേഷം അയാൾ പലതും പഠിച്ചിരിക്കാം. തന്നെമാത്രം പ്രണയിച്ച ലീല മറ്റൊരുവന്റെ സഹധർമിണിയായി മാറി എന്ന യാഥാർഥ്യത്തിൽനിന്ന് കരകയറാനാവാതെ മുറിവുകളുടെ വനാന്തരങ്ങളിൽ അലയുകയായി രുന്നു അയാൾ. യാഥാർഥ്യത്തിന്റെ പാളങ്ങളിൽനിന്നു വേർപെട്ടുപോയ ബോഗിയായിരുന്നു അയാളുടെ മനസും ശരീരവും. അസ്തിത്വമില്ലാതെ സ്വപ്നസമാനമായ ലോകത്തുമാത്രമായിരുന്നു പിന്നീടയാളുടെ ജീവിതം.

പ്രണയത്തിന്റെ ഉന്മാദങ്ങൾ

ലീലയില്ലാത്ത ലോകത്തെക്കുറിച്ച് അയാൾക്ക് ചിന്തിക്കാൻ കഴി ഞ്ഞില്ല. ഇങ്ങനെ യാഥാർഥ്യലോകത്തുനിന്നും രോഗാതുരമായി വേറിട്ടു പോയ മദനൻ മറ്റൊരു സ്വപ്നലോകത്താണ് ജീവിക്കുന്നത്. അയാൾക്ക് ഇനി നിലനിൽക്കുന്ന ലോകത്തേക്ക് തിരിച്ചു വരാൻ കഴിയില്ല. മനുഷ്യ വാസമുള്ളിടത്തല്ല അയാൾ കഴിയുന്നത്. മനുഷ്യരെ കാണുകയെന്നത് അയാൾക്ക് ഹൃദയത്തിൽ മുള്ളുതറയ്ക്കുന്നതുപോലെയാണ്. അതുകൊ ണ്ടാണ് മനുഷ്യവാസങ്ങൾക്കുമപ്പുറത്തുള്ള വനാന്തരങ്ങളിലേക്കയാൾ പോകുന്നത്. മനുഷ്യസാന്നിധ്യമില്ലാത്ത ഈ വനാന്തരത്തിൽ വച്ച് പിന്നീ ടയാൾ ലീലയെ കാണുന്നു. യഥാതഥലോകത്തിൽനിന്ന് ഭീതിയോടെ ഒളിച്ചോടിയത് എന്തുകാരണംകൊണ്ടാണോ ആ വ്യക്തിയാണ് കൺമു മ്പിൽ നിൽക്കുന്നത്. യാഥാർഥ്യങ്ങളിൽനിന്നകന്ന് ഉന്മാദാവസ്ഥയിൽ കഴി യുന്ന ഒരാൾക്ക് ഈ സാന്നിധ്യം എത്രമേൽ അസ്വസ്ഥതയുണ്ടാക്കു മെന്നു ചിന്തിക്കാവുന്നതേയുള്ളൂ. ലീല ഇവിടെ യാഥാർഥ്യലോകത്തിന്റെ മുള്ളുകളിലേക്ക് അയാളെ വലിച്ചിടുകയാണ്. എന്നാൽ ബോധാബോധ ങ്ങളുടെ അജ്ഞാതമായ ഏതോ ഇടങ്ങളിൽനിന്ന് ലീല തനിക്കുവേണ്ടി നിലവിളിക്കുന്നത് അയാൾ കാണുകയും ചെയ്യുന്നു. അതുകൊണ്ടാണ് ഒരുമാത്രയെങ്കിലും അവളെ അയാൾ ചുംബിച്ചുപോകുന്നത്.

യാഥാർഥ്യലോകത്തെ സ്വയം മുറിച്ചുമാറ്റിയ ആ മുറിവിലാണ് ലീല പ്രണയത്തിന്റെ ഉപ്പ് പുരട്ടുന്നത്. അയാൾക്ക് ഇനിയൊരു മടക്കയാത്ര അസാധ്യമാണ്. ലീലയുടെ സാന്നിധ്യം അയാൾക്ക് വേദനകൾമാത്രം നൽകുന്നു. ഉന്മാദത്തിന്റെ മാസ്മരിക ലോകത്തിന്റെയും യാഥാർഥ്യലോ കത്തിന്റെയും ത്രിശങ്കുവിലാണ് ലീല ഇപ്പോൾ മദനനെ നിർത്തിയിരി ക്കുന്നത്. ഈ ത്രിശങ്കുവിൽനിന്നാണ് അയാൾ ചാടിമരിക്കുന്നത്.

ഇവിടെ ലീല അയാളുടെ മരണത്തിലും പിന്തുടരുകയാണ്. മദനൻ മരണത്തിലൂടെ പടംപൊഴിച്ച ഉന്മാദത്തെ അവൾ എടുത്തണിയുകയാണ്. അതുകൊണ്ടാണ് അവളും ആത്മഹത്യചെയ്യുന്നത്. ഇങ്ങനെ പ്രണയം ഉന്മാദവും ലഹരിയുമാണെന്ന അനുഭവത്തെക്കൂടി *ലീല* തുറന്നു വയ്ക്കു ന്നുണ്ട്.

മാംസനിബദ്ധമായ ഒരു പ്രണയസാധ്യതയെ ഉന്മാദത്തിലൂടെയാണ് ആശാൻ 'മാംസനിബദ്ധമല്ല'താക്കുന്നത്. പ്രണയത്തെ അലൗകികമായ പ്രണയാനുഭവമായി ഉദാത്തീകരിക്കാൻ ഉന്മാദത്തെ ആശ്രയിക്കുകയാ

യിരുന്നു ആശാൻ. ആത്മീയതയുടെ ലോകംതന്നെ ഉന്മാദത്തിന്റെ ഉപ രിതലങ്ങളെയെങ്കിലും സ്പർശിക്കാതിരിക്കുന്നില്ലെന്നു പറയാനാവുമോ?

പ്രണയം; സ്വാതന്ത്ര്യവും പ്രതിരോധവും

സ്നേഹത്തെ-അതിന്റെ വ്യത്യസ്ത അനുഭവങ്ങളെയും ഭാവങ്ങ ളെയും കണ്ടെത്താനുള്ള ശ്രമങ്ങളായിരുന്നു, ഓരോ ആശാൻ കവിതയും. സ്നേഹത്തെ ഇത്രയധികം ആഴത്തിൽ അനുഭവിപ്പിച്ച കവികൾ മലയാ ളത്തിൽ വിരളമാണ്. ഇവിടെ ലീലയുടെ സ്നേഹഭാവം ഒരേസമയം ലൗകികവും അലൗകികവുമാണെന്നുകാണാം. മദനന്റെ ജീവിതത്തിൽ നിന്നും ഭിന്നമായ ഒരസ്തിത്വം ലീലയ്ക്കില്ലെന്ന് പറയുന്നവരുണ്ട്. അതു കൊണ്ട് തന്നെ ലീലയുടെ ആത്മഹത്യ അനിവാര്യമായിരുന്നത്രേ. മദ നന്റെ ജീവിതം അണയുന്നതിനൊപ്പം ലീലയുടെ ജീവിതവും അണയേ ണ്ടതുതന്നെ (*മലയാള ഖണ്ഡകാവ്യങ്ങൾ ഒരു പഠനം:* പ്രൊഫ. എം പി പണിക്കർ). പുരുഷകേന്ദ്രിതമായ ഒരു നോട്ടപ്പാടിൽനിന്നുകൊണ്ടുള്ള സമീപനമാണിതെന്ന് കാണാൻ കഴിയും. യഥാർഥത്തിൽ പുരുഷനുചുറ്റും കറങ്ങുന്ന വിഗ്രഹംമാത്രമായി സ്ത്രീയെ സമീപിക്കുകയും പുരുഷനി ലലിഞ്ഞു ചേരുകമാത്രമാണ് അവളുടെ വിധിയെന്നും കരുതുന്ന ആൺകോയ്മാ സമൂഹത്തിനെതിരെയുള്ള കലാപമായിരുന്നു ലീല നട ത്തുന്നത്. പ്രണയത്തിന്റെയും വിവാഹത്തിന്റെയും ആൺകോയ്മാ മൂല്യ സങ്കൽപ്പനങ്ങളെ പൊളിച്ചുകൊണ്ടാണ് ലീല തന്റെ കൂട്ടുകാരനെ തിര യുന്നത്. ഭർത്താവ് മരിച്ചതിനുശേഷം സതിയനുഷ്ഠിക്കാനോ വിധവാ വേഷം കെട്ടാനുമല്ല അവൾ മുതിരുന്നത്. തന്നിൽ ചാരം മൂടിക്കിടന്ന പ്രണയത്തെ അവൾ ഊതി ജ്വലിപ്പിക്കുകയാണ്. പുരുഷാധിപത്യലോക മാണ് ഇഷ്ടമില്ലാത്ത വിവാഹത്തിലേക്ക് അവളെ കെട്ടിയിടുന്നത്. ഒന്നു കുതറാൻ പോലുമാകാതെ ഭർത്താവിന്റെ തണലിൽ ഇഷ്ടമില്ലാതെ അവൾക്ക് കഴിയേണ്ടി വന്നതും ഈ കെട്ടിന്റെ ശക്തികൊണ്ടാണ്. ഭർത്യ മരണം ആ കെട്ടിനെ അൽപ്പമൊന്നയച്ചു. അത് അവളിലെ സ്ത്രീ സ്വാത ന്ത്ര്യത്തെ ഉണർത്തി. അങ്ങനെ അവൾ പ്രണയത്തെ സ്വാതന്ത്ര്യമായി കണ്ടു. നാളിതുവരെ കർത്തൃത്വമില്ലാതിരുന്ന അവൾ കർത്തൃത്വത്തിലേ ക്കുണരുന്നത് പ്രണയത്തിലൂടെയാണ്.

മദനന് പ്രണയം ഉന്മാദത്തിലേക്കുള്ള വഴിയായിരുന്നെങ്കിൽ ലീലയ്ക്ക് അത് യാഥാർഥ്യബോധത്തിന്റെ സ്വാതന്ത്ര്യമായിരുന്നു. അവ ളുടെ ആവിഷ്കാരത്തിന്റെ സാധ്യതകളായിരുന്നു. ബാഹ്യലോകത്തു നിന്നും സ്വയം അറുത്തുമാറ്റപ്പെട്ടുപോയ മദനന് പിന്നീട് ലീലയിലേക്കോ അവളുൾക്കൊള്ളുന്ന ബാഹ്യലോകത്തേക്കോ മടങ്ങാൻ കഴിയില്ല. ഒരു ഭീരുവിനെപ്പോലെ അയാൾ മരണത്തിലേക്ക് സ്വയം എടുത്തെറിയുക യാണ്. ഉന്മാദത്തിന്റെ പരകോടിയിൽനിന്നാണ് അയാൾ മരണത്തി ലൂടെയാണ് ലീലയുടെ പ്രണയത്തെ അതിജീവിക്കുന്നത്.

ലീല പക്ഷേ പ്രണയത്തിൽ വലിയ വിമോചനവും പ്രതീക്ഷയും

കണ്ടിരുന്നു. അവളുടെ ഈ പ്രതീക്ഷ തകർത്തത് മദനനാണ്. മനുഷ്യ
സാന്നിധ്യംപോലും അസഹനീയമായ ഉന്മാദാവസ്ഥയിലാണ് അയാൾ
എന്ന് തോഴി പറയുന്നുണ്ട്:

> മൃഗപക്ഷികളോടു ചേർന്നുടൻ
> ഭൃഗുവിൽ പ്രേതസമം നടന്നിടും
> അകലത്തിലുമാളു കാൺകിലാ
> വികലാത്മാ വിടുമപ്പൊഴസ്ഥലം.

തോഴിയുടെ ഈ വാക്കുകളെ പ്രണയത്തിന്റെ ഉദാത്തവൽക്കരണ
ത്തിലൂടെ ലീല ചെറുക്കുന്നത് ശ്രദ്ധിക്കുക:

> അറിയും ജനനീതിസീമയെ –
> ത്തിറമായ് കാക്കുമപൂർണ്ണരാഗികൾ;
> നിറയും രതി, ലോകസംഗ്രഹം
> കുറിയാക്കാ, സഖി, കുസലാർന്നിടാ.

പ്രാണനിൽ നീറിപ്പിടിക്കുന്ന ആത്മാർഥമായ പ്രണയമുള്ളവർ
ലോകനീതിയെ കണക്കിലെടുക്കില്ല. എന്നാൽ അപൂർണരാഗികളായവർ
ലോകനീതിയെ പേടിച്ചുകൊണ്ട് നിലനിൽക്കുന്ന വ്യവസ്ഥിതിയെ അനു
സരിക്കും. തന്റെ പ്രണയം പുഷാധിപത്യനിർമിതിയായ ലോകനീതി
കൾക്കപ്പുറമുള്ള സ്വാതന്ത്ര്യത്തെയാണ് തേടുന്നത്. അതുകൊണ്ട് തന്നെ
തന്റെ പ്രണയം ആത്മാർഥവും സത്യമുള്ളതുമാണ്. അതിനാൽ ഈ
വ്യവസ്ഥയെ ഞാൻ മാനിക്കുന്നതേയില്ല. ലീലയുടെ ഈ ബോധ്യങ്ങൾ
വിമോചനാത്മകമല്ലെന്ന് എങ്ങനെ പറയാനാകും. പുരുഷനിൽ അലിഞ്ഞു
ചേരുന്നതിനെ മാത്രം ജീവിതലക്ഷ്യമായി കാണുന്ന പുരുഷനാൽ നിർമി
ക്കപ്പെട്ട ഒരു സ്ത്രീയെയാണോ നമുക്ക് ഇവിടെ കണ്ടെത്താനാവുക?

പിന്നെന്തുകൊണ്ടാണ് അവൾ മദനനോടൊപ്പം ജീവിതത്തിൽനിന്ന്
സ്വയം നിഷ്കാസിതയാവുന്നത്? അവൾ പ്രണയിച്ച പുരുഷൻ പ്രണയ
ത്തിലൂടെ ഉന്മാദത്തിലേക്കു നടന്നുപോയവനാണ്. പ്രണയത്തെ വിമോ
ചനത്തിന്റെയും ആത്മാവിഷ്കാരത്തിന്റെയും സാധ്യതകളായി കണ്ട
ലീലയ്ക്ക് നേരിടേണ്ടി വന്നത് പ്രാണൻമാത്രം അവശേഷിക്കുന്ന മദന
നെയാണ്. പുതിയ കാലം അയാൾക്കുമുമ്പിൽ ഇരുളടങ്ങു നിൽക്കുക
യാണ്. വർത്തമാനകാലത്തേക്ക് ഒരിക്കലും തിരിച്ചുവരാനാവാത്തവിധം
അയാൾ തകർന്നുപോയിരിക്കുന്നു. തന്റെ സാന്നിധ്യം അയാളിൽ ഭീതി
യുടെ മുൾമുനകളാണ്. അതിൽനിന്ന് രക്ഷനേടാൻ അയാൾ മരണത്തെ
വരിക്കുകയാണ്. ഉദാത്തവും അചഞ്ചലവുമായ തന്റെ പ്രണയപങ്കാളി
യുടെ ഈ അവസ്ഥയിൽ ലീല പകച്ചുപോവുകയാണ്. തന്റെ വിമോച
നം, വ്യക്തിത്വം, കർത്തൃത്വം എല്ലാമാണ് ഇവിടെ തകർന്നുപോയത്. പുരു
ഷനിർമിതിയുടെ ലോകനീതിയോട് എതിരിടാനുറച്ച ലീല ഇവിടെ വലിയ
ശൂന്യത കാണുകയാണ്. പ്രണയത്തിലൂടെ നേടിയെടുക്കാനാശിച്ച സ്വാത

ന്ത്യത്തിന്റെ ചിറകുകളാണ് അരിയപ്പെട്ടത്. സ്വയം എരിഞ്ഞുകൊണ്ടാണ്
അവൾ മരണത്തിലേക്ക് കുതിക്കുന്നതെന്ന് കവി എഴുതുന്നു:

> ജവമവിടെയണഞ്ഞു 'രേവ' നീട്ടും—
> ധവളതരംഗകരങ്ങളിൽ സന്തോഷം
> അവളുടനെ കുതിച്ചു കൊള്ളിമീൻപോ—
> ലവനതയാവതു ഹന്ത! തോഴി കണ്ടാൾ.

സ്വയമെരിഞ്ഞു തീരുന്ന കൊള്ളിമീൻ പോലെ രേവാനദിയുടെ ധവ
ളതരംഗകരങ്ങളിലേക്ക് ലീല താണുപോകുന്നതാണ് തോഴി ഇവിടെ
കാണുന്നത്. തന്നോടും ലോകത്തോടുമുള്ള പകയുമായാണ് അവൾ
സ്വയം മരണത്തിലേക്ക് കുതിക്കുന്നത്. കേവലമായ മദനരാഗത്തിൽ
മാത്രമായിരുന്നു അവളുടെ ബലിയെങ്കിൽ 'സ്വയമെരിയുന്ന നക്ഷത്ര'
മെന്ന് എന്തിന് കവി അവളെ വിശേഷിപ്പിക്കണം.

അവൾ ലോകത്തോട് പ്രതികാരം ചെയ്യുകയായിരുന്നു. പുരുഷനീതി
നിർമിച്ച മൂല്യസങ്കൽപ്പനങ്ങളെ സ്വന്തം മരണത്തിലൂടെ വെല്ലുവിളി
ക്കുകയായിരുന്നു. നളിനി പ്രാണേശ്വരന്റെ നെഞ്ചിലേക്ക് അടർന്നു വീണ
പ്പോൾ ലീല മരണത്തിലൂടെ സ്വയം കർത്തൃത്വം പ്രഖ്യാപിക്കുകയായി
രുന്നു. ഇവിടെ നളിനിയിൽനിന്ന് ഏറെ മുന്നേറുന്ന സ്ത്രീസ്വത്വത്തെ
യാണ് ലീലയിലൂടെ ആശാൻ ആവിഷ്കരിക്കുന്നത്.

6

പ്രരോദനം

ജീവിതത്തിൽ നിരവധി എതിർപ്പുകളിലൂടെ കുമാരനാശാൻ കട
ന്നുപോയിട്ടുണ്ട്. ഈ എതിർപ്പുകൾക്കും മേലെ അദ്ദേഹത്തിന്റെ കാവ്യ
പ്രതിഭ തലയുയർത്തി നിന്നു. യാഥാസ്ഥിതികരുടെ ശകാരങ്ങൾക്കും
ആക്ഷേപങ്ങൾക്കും മുമ്പിൽ വാടിപ്പോകുന്നതല്ലായിരുന്നു ആശാന്റെ
കാവ്യജീവിതം. മലയാളകവിതയുടെ നവോത്ഥാനത്തിനു നാന്ദികുറിച്ച
ഈ കവിതകളുടെ സർഗശക്തിയെ തിരിച്ചറിയാനുള്ള ശേഷി വലിയ
ബുദ്ധിജീവികളെന്ന് അഭിമാനിച്ചിരുന്ന സവർണ സാഹിത്യ തമ്പുരാക്ക
ന്മാർക്ക് ഇല്ലായിരുന്നു. എന്നാൽ എ ആർ രാജരാജവർമ്മ ആശാന്റെ
സർഗശേഷിയെ തിരിച്ചറിഞ്ഞിരുന്നു. ആശാനും രാജരാജവർമ്മയും
തമ്മിൽ ആഴത്തിലുള്ള സൗഹൃദമുണ്ടായിരുന്നു.

ആശാന്റെ ഡയറിക്കുറിപ്പുകളും ആശാൻ കവിതകൾക്ക് അദ്ദേഹ
മെഴുതിയ അവതാരികകളും ഇതിനു തെളിവാണ്. എന്നാൽ ആശാനും
രാജരാജവർമ്മയും തമ്മിലുള്ള ബന്ധത്തിന് ഏറ്റവും വലിയ തെളിവ്
പ്രരോദനം എന്ന കവിത തന്നെയാണ്. കാരണം എ ആറിന്റെ വിയോ
ഗത്തിൽ എഴുതിയ കവിതയാണിത്. അദ്ദേഹത്തിന്റെ മരണത്തെക്കുറിച്ച്
പ്രരോദനത്തിന്റെ മുഖവുരയിൽ ആശാൻ ഇങ്ങനെ എഴുതി:

കഴിഞ്ഞ മിഥുനം ആദ്യം ഞാൻ ഉത്തരതിരുവിതാംകുറിൽ സഞ്ച
രിക്കുമ്പോൾ ഹൃദയാരുന്തുദമായ ചരമവൃത്താന്തം അറിവാൻ ഇട
യായത്. എത്ര അപ്രതീക്ഷിതവും അസഹ്യവുമായ ഒരു പ്രഹര
ണമായിരുന്നു അത്! ഹൃദയം മരവിച്ചുപോയി എന്നുതന്നെ പറ
യാം. പല വർത്തമാനകടലാസുകാരും മാസികക്കാരും എല്ലാം
മാമൂലനുസരിച്ച് ചരമപദ്യങ്ങൾ ആവശ്യപ്പെട്ടുതുടങ്ങി. അത്

അധികം മർമ്മഭേദകമായിട്ടാണു തോന്നിയത്. ഒരക്ഷരം എഴുതു
വാൻ എനിക്കു കഴിഞ്ഞില്ല.

രാജരാജവർമ്മയുടെ വിയോഗം ആശാന്റെ മനസ്സിനെ സാരമായി
സ്പർശിച്ചിരുന്നു എന്നാണ് ഈ കുറിപ്പ് തെളിയിക്കുന്നത്. പ്രരോദനം
ഒരു വിലാപകാവ്യമാണ്. ഇതിന് അദ്ദേഹം മാതൃകയായി സ്വീകരിച്ചത്
ഷെല്ലിയുടെ അഡോണയാണ്. കീറ്റ്സിന്റെ അകാലമരണമാണ്
ഷെല്ലിയെ ഈ കവിതയെഴുതാൻ പ്രേരിപ്പിച്ചത്.

> മുടും കാർമുകിലാലകലതിമിരം
> വ്യാപിച്ചുമായുന്നിതാ
> കാടും കായലുമിക്കടൽത്തിരകളും
> സഹ്യാദ്രികൂടങ്ങളും;
> ചുടേറ്റുള്ളമെരിഞ്ഞൊഴുന്ന പുക ചുഴ–
> ന്നിമ്മട്ടു വൻവൃഷ്ടിയാൽ
> പാടേ കേരളഭൂമി കേണു ഭുവനം
> കണ്ണീരിൽ മുക്കുന്നിതേ.

എന്ന് രാജരാജവർമ്മയുടെ മരണത്തിൽ ദുഃഖത്തിലാണ്ടുപോയ കേര
ളത്തെ അവതരിപ്പിച്ചുകൊണ്ടാണ് കവിത ആരംഭിക്കുന്നത്. ജീവിതം,
മരണം തുടങ്ങിയ സമസ്യകളെ ഈ കവിത അന്വേഷിക്കുന്നുണ്ട്.
സൗഹൃദവും ആദരവും എ ആറിനോടുണ്ടായിരുന്ന ആശാൻ വൈകരി
കതയുടെ അതിരുകൾ ലംഘിക്കാതെ വിചാരത്തിന്റെ ദാർശനികമാന
ങ്ങളിലേക്ക് കവിതയെ നയിക്കുന്നു. എങ്കിലും ദാർശനിക വിചിന്തനങ്ങ
ളുടെ ഉദാരമൗനത്തിലേക്ക് വികാരങ്ങൾ അലയടിച്ചെത്തുന്ന കവിത എന്ന
നിരീക്ഷണം പ്രരോദനത്തെക്കുറിച്ചുണ്ടായിട്ടുണ്ട്[1].

കുമാരനാശന്റെ മറ്റ് കൃതികളെ അപേക്ഷിച്ച് വേണ്ടത്ര ശ്രദ്ധ ഈ
കവിതയ്ക്ക് കിട്ടിയിട്ടില്ല. സാധാരണ സഹൃദയന് ഈ കവിത അപ്രാപ്യ
മാണെന്ന വാദമാണ് നിലനിൽക്കുന്നത്. കുന്നത്ത് ജനാർദനമേനോൻ
പ്രരോദനത്തെ ഇങ്ങനെ വിലയിരുത്തിയിട്ടുണ്ട്:

> അത്ഭുതാവഹമായ ഒരു അപൂർവമൂർത്തിയാണിത്. കേട്ടാൽ
> പോരാ, പഠിക്കുകതന്നെവേണം ഈ കാവ്യം ഇത്രയധികം ലോക
> നീതികളും, തത്വരത്നങ്ങളും, സുന്ദരവിഭവങ്ങളും ആകർഷകമാം
> വിധം നിറഞ്ഞുകിടക്കുന്ന ഒരു വിലാപ കാവ്യം വേറെയില്ല.

പക്ഷേ നിരൂപണശ്രദ്ധ പ്രരോദനത്തിന് കിട്ടിയിട്ടില്ല. വള്ളത്തോൾ
പ്രരോദനത്തെക്കുറിച്ച് ആത്മപോഷിണിയിൽ എഴുതിയിട്ടുണ്ട്. അത്
വിമർശനാത്മകമായ ഒന്നായിരുന്നു. അതിന് ആശാൻ എഴുതിയ മറു
പടി പ്രശസ്തമായിരുന്നു:

---

1.   *അതിരുകളില്ലാതെ ആശാൻ കവിത, ഡോ. കുര്യാസ് കുമ്പളക്കുഴി. കറന്റ് ബുക്സ്.*

ഞാൻ വളരെ കവിതകൾ എഴുതാറില്ലെങ്കിലും, എഴുതുന്നിട ത്തോളം വളരെ നിരീക്ഷിച്ചെഴുതാറാണ് പതിവ്. ഒരു ഉൽ കൃഷ്ടകലയുടെ നിലയിൽ കവിതയുടെ സാങ്കേതികമായ ഗുണ ദോഷങ്ങളുടെ എല്ലാ അംശങ്ങളെയും പറ്റി ഗാഢമായും നിർദയ മായും ചിന്തിച്ച് ത്യാജ്യങ്ങളെ പാടുള്ളത്ര ത്യജിച്ചും, ഗ്രാഹ്യങ്ങളെ കഴിയുന്നത്ര ഗ്രഹിച്ചും അല്ലാതെ ഒരു മുക്തകംപോലും രചിക്കാ റില്ലെന്നുള്ളത് എനിക്ക് നല്ല നിശ്ചയമുള്ള സംഗതിയാണ്.

കവിതയുടെ സാങ്കേതികമായ ചില പ്രശ്നങ്ങൾ ഉന്നയിച്ചുകൊ ണ്ടാണ് വള്ളത്തോൾ പ്രരോദനത്തെ വിമർശിക്കുന്നത്. അതുകൊണ്ടാണ് ആശാൻ ഇത്തരത്തിലുള്ള ഒരു മറുപടി കൊടുത്തത്. മലയാളഭാഷയിലു ണ്ടായ ഒന്നാന്തരം വിലാപകാവ്യമായി *പ്രരോദനം* ഇന്നും പരിഗണിക്ക പ്പെടുന്നു.

7

ചിന്താവിഷ്ടയായ സീത: സ്ത്രീയുടെ വിചാരലോകങ്ങൾ

ആയിരത്തി തൊള്ളായിരത്തി പതിനാലിൽ എഴുതാനാരംഭിച്ച *ചിന്താവിഷ്ടയായ സീത* 1919 ലാണ് ആശാൻ എഴുതി പൂർത്തിയാക്കു ന്നത്. ഇതിനെക്കുറിച്ച് ആശാൻ മുഖവുരയിൽ ഇങ്ങനെ പറയുന്നു:

ഈ കൃതി എഴുതാൻ ആരംഭിച്ചത് 1914 ആഗസ്റ്റ് 10-ാം തീയതി യാണ്. ആദ്യത്തെ 80 പദ്യങ്ങൾ അന്നുമുതൽ പല അവസരങ്ങ ളായി എഴുതീട്ടുള്ളതും, ശേഷം മുഴുവൻ ഈയിടെ ഏതാനും ദിവ സങ്ങൾ കൊണ്ട് എഴുതീട്ടുള്ളതുമാകുന്നു. സീതാദേവി അന്തർധാ നംചെയ്യുന്നതിന്റെ തലേന്നാൾ രാത്രി വാല്മീകിയുടെ ആശ്രമ ത്തിൽ ഒരു ഏകാന്തസ്ഥലത്തിരുന്നു തന്റെ പൂർവാനുഭവങ്ങ ളേയും ആസന്നമായ ഭാവിയേയും മറ്റും പറ്റി ചെയ്യുന്ന ചിന്തക ളാണ് ഈ കൃതിയുടെ പ്രധാന വിഷയം.

സീതയുടെ സ്വഗതാഖ്യാനം എന്ന നിലയിലാണ് ഈ കാവ്യം ആശാൻ രചിച്ചിരിക്കുന്നത്. വാല്മീകിയുടെ സീത ഈ കാവ്യത്തിലൂടെ കൂടുതൽ മിഴിവാർന്ന വ്യക്തിത്വം കൈവരിക്കുകയാണ്. ഇന്ത്യൻ സ്ത്രീയുടെ പ്രതീകമായി സീത ഇവിടെ മാറുകയാണ്. തീർത്തും സ്ത്രീപക്ഷത്തുനിന്നുകൊണ്ടുള്ള ഈ കാവ്യം മലയാള കാവ്യശാഖയിൽ സ്ത്രീയെ കർത്തൃത്വത്തിലേക്ക് ഉയർത്തുകയും ചെയ്യുന്നു. സ്ത്രീയുടെ വിചാരങ്ങൾക്ക് പ്രാമുഖ്യമില്ലാതിരുന്ന ഒരു കാലത്ത് സ്ത്രീയെക്കൊണ്ട് ചിന്തിപ്പിക്കുക എന്ന സാംസ്കാരിക വിപ്ലവമാണ് *ചിന്താവിഷ്ടയായ സീത* യിലൂടെ ആശാൻ ചെയ്തത്.

സുതർ മാമുനിയോടടയോദ്ധ്യയിൽ
ഗതരായോരളവന്നൊരന്തിയിൽ
അതിചിന്ത വഹിച്ചു സീത പോയ്
സ്ഥിതിചെയ്താളുടജാന്തവാടിയിൽ.

എന്ന കാവ്യാരംഭം അശ്വമേധയാഗം നടത്തുന്ന ശ്രീരാമന്റെ പക്ക
ലേക്ക് കുശനെയും ലവനെയും കൊണ്ട് വാല്മീകി മഹർഷി പോയിരി
ക്കുകയാണ് എന്ന് സൂചിപ്പിച്ചുകൊണ്ട് സീതയുടെ ഏകാന്താവസ്ഥയെ
അവതരിപ്പിക്കുകയാണ് കവി. ഈ ഏകാന്തതയിൽ പർണശാലയ്ക്കു
സമീപമുള്ള തോട്ടത്തിൽ അവൾ ഏറെ നേരമിരിക്കുന്നു. സീതയെപ്പോലെ
ജീവിതത്തിൽ ദുരന്തങ്ങളും സംഘർഷങ്ങളും നിറഞ്ഞ ഒരു സ്ത്രീക്ക്
തന്റെ വിചാരങ്ങളെ കെട്ടഴിച്ചുവിടാൻ ഇതിൽക്കൂടുതൽ എന്തു സാഹ
ചര്യം വേണം. തീർത്തും ഔചിത്യമുള്ള സന്ദർഭമാണ് ഇവിടെ ആശാൻ
ഒരുക്കിയിരിക്കുന്നതെന്ന് കാണാം.

"ഒരു നിശ്ചയമില്ലയൊന്നിനും
വരുമോരോ ദശ വന്നപോലെ പോം;
വിരയുന്നു മനുഷ്യനേതിനോ,
തിരിയാ ലോകരഹസ്യമാർക്കുമേ.

എന്ന താത്വിക വിചാരത്തിൽ നിന്നാണ് സീതയുടെ ചിന്തകൾ
ഉണർന്നുതുടങ്ങുന്നത്. ഭർത്താവിനാൽ ഉപേക്ഷിക്കപ്പെട്ടവളാണ് സീത.
പതിഭക്തിയിൽനിന്ന് അവൾക്ക് ലഭിച്ചത് അനാഥത്വത്തിന്റെ വനാന്തര
ങ്ങളാണ്. പുരുഷൻ ലോകം വിജയിച്ച് മുന്നേറുകയാണ്. പുരുഷ ലോക
ത്തിൽ നാവ് നഷ്ടപ്പെട്ടുപോകുന്ന അനേകം സ്ത്രീകളുടെ നിശ്ശബ്ദനി
ലവിളികളാണ് സീതയിൽനിന്നുയരുന്നത്. പിൽക്കാലത്ത് അനേകം
സ്ത്രീകൾക്ക് നാവ് നൽകിയത് അവളുടെ വിചാരത്തിന്റെ മുഴക്കങ്ങ
ളിൽനിന്നാണ്.

അഴലിന്നു മൃഗാദിജന്തുവിൽ
പഴുതേറീടിലു, മെത്തിയാൽ ദ്രുതം
കഴിയാമതു-മാനഹേതുവാ-
ലൊഴിയാത്താർത്തി മനുഷ്യനേ വരു!

ജീവജാലങ്ങളെ അപേക്ഷിച്ച് ആത്മാഭിമാനമുള്ള മനുഷ്യന് ദുഃഖ
ങ്ങൾ സ്ഥിരമാണെന്ന സീതയുടെ ചിന്ത ഇവിടെ പ്രസക്തമാണ്. മറ്റെ
ന്തിനേക്കാൾ ആത്മാഭിമാനത്തിന് വിലകൽപ്പിക്കണമെന്നാണ് സീത
സ്ത്രീകളോട് പറയുന്നത്. സീതയുടെ ചിന്തകൾ അഭിസംബോധനചെ
യ്യുന്നത് സ്ത്രീകളെയാണെന്നതിനുള്ള വലിയ തെളിവാണിത്. സീത

യുടെ കേവലമായ ശ്രീരാമസ്മരണയായി ഈ കവിതയെ ഇന്ന് ആരും വായിക്കുമെന്ന് തോന്നുന്നില്ല. സാറാ ജോസഫ് എഴുതുന്നു:

കുടുംബം എന്ന സ്ഥാപനവും ഭരണാധികാരവും ചേർന്ന് സ്ത്രീയുടെ മേൽ അധികാരത്തിന്റെ ഇരട്ട ബലപ്രയോഗങ്ങൾ നട ത്തുന്നതെങ്ങനെ എന്നാണ് *ചിന്താവിഷ്ടയായ സീതയിൽ* വെളി പ്പെടുത്തുന്നത്. രാമൻ ഭർത്താവും രാജാവുമാണ്. രാമന്റെ അധി കാര പ്രയോഗം പുരുഷന്റെതും അധികാരിയുടെതുമാണ്. ലിംഗ പരമായും വർഗപരമായുമുള്ള ബലപ്രയോഗങ്ങളാണ് സീതയുടെ മേൽ നടത്തപ്പെടുന്നത്. സീതയെന്ന പെണ്ണിനും സീതയെന്ന പ്രജയ്ക്കും നീതി നിഷേധിക്കപ്പെടുന്നു. അവളറിയാതെ അവളു ടെമേൽ ശിക്ഷ നടപ്പാക്കപ്പെടുന്നു. (*വീണപൂവിന്റെ നൂറ്റാണ്ട്*, സമാ. സി എ അനസ്. പ്രസാ. പ്രണത ബുക്സ്)

ശ്രീരാമൻ എന്ന ഭർത്താവിൽനിന്നും ഭാര്യ എന്ന നിലയ്ക്ക് സീത എന്തായിരുന്നു പ്രതീക്ഷിച്ചത്. അതിന്റെ മിനിമം കാര്യങ്ങളെങ്കിലും നിറ വേറ്റുവാൻ രാമനു സാധിച്ചുവോ. രാമൻ സീതയെ സ്നേഹിച്ചിരുന്നുവോ തുടങ്ങി നിരവധിചോദ്യങ്ങളിലേക്ക് നമ്മെക്കൊണ്ടെത്തിക്കുന്ന വിധത്തി ലാണ് ആശാൻ തന്റെ സീതാകാവ്യമൊരുക്കിയിരിക്കുന്നത്. സ്ത്രീയുടെ ഇടനെഞ്ച് തുടിക്കുന്നത് പ്രിയസമാഗമത്തിനാണെന്ന വിശ്വാസത്തെ പിൻപറ്റി ആശാൻ ഒരുക്കുന്ന സന്ദർഭം സീതയ്ക്ക് രാമനോടുള്ള മനോ ഭാവത്തെ വെളിപ്പെടുത്തുന്നുണ്ട്:

പുഴുപോലെ തുടിക്കയല്ലി, ഹാ!
പഴുതേയിപ്പൊഴുമെന്നിടത്തുതോൾ;
നിഴലിൻവഴി പൈതൽപോലെ പോ–
യുഴലാ ഭോഗമിരന്നു ഞാനിനി.

പുഴുപോലെയാണ് തന്റെ ഇടനെഞ്ച് തുടിക്കുന്നതെന്നാണ് സീത ഇവിടെ വിചാരിക്കുന്നത്. പ്രിയസമാഗമത്തിന്റെ സാധ്യതയെന്ന വിശ്വാസത്തെ അവൾ എത്രമാത്രം വെറുക്കുന്നു എന്നതിന്റെ സൂചന യാണിത്. സുഖഭോഗങ്ങളുടെ പരിസരത്തുനിന്ന് വിരക്തിയുടെ ആശ്രമ പരിസരത്തേക്ക് വലിച്ചെറിയപ്പെടുകയും നീറിപ്പിടിക്കുന്ന ദുഃഖത്താൽ മനസ്സ് മരവിച്ചുപോവുകയും ചെയ്തവളാണ് സീത. പ്രണയം തലപൊ ക്കാതെ അണലിപ്പാമ്പിനെപ്പോലെ നിദ്രയിലാണിന്ന്.

ക്ഷണമാത്രവിയോഗമുൽത്തടം
വ്രണമാക്കുംപടി വാച്ചതെങ്കിലും

പ്രണയം, തലപൊക്കിടാതെയി–
ന്നണലിപ്പാമ്പുകണക്കെ നിദ്രയായ്

പ്രണയകാമനകളുടെ ഈ പാമ്പിനെ ഉറക്കിക്കിടത്തിയതാരാണ്? രാമനും അദ്ദേഹത്തിന്റെ പുരുഷാധിപത്യ രാജനീതിയും തന്നെ. ഭർത്താ വിന്റെ അപമാനത്തിൽ മനസ്സുമുറിപ്പെട്ടവളാണ് സീത. ആശ്രമത്തിലെ ജീവിതം അവളെ തത്ത്വജ്ഞാനിയാക്കി. തപസുകൊണ്ടും ശാസ്ത്രജ്ഞാ നംകൊണ്ടും സകല ദുഃഖങ്ങളും മറക്കാൻ അവൾ പഠിച്ചുകഴിഞ്ഞു. പക്ഷേ ഭർത്താവ് തന്നെ അപമാനിച്ച ദുഃഖങ്ങൾ അവളിൽ ഇന്നും ശേഷി ക്കുകയാണ്. സ്വത്വബോധമുള്ള ഒരു സ്ത്രീക്കും മറക്കാൻ പറ്റുന്നതല്ല അവളുടെ ആത്മാഭിമാനത്തിന്റേറ്റ മുറിവെന്നാണ് ആശാൻ സീതയുടെ വിചാരത്തിലൂടെ നമ്മോട് പറയുന്നത്.

സീതയുടെ വിചാരലോകങ്ങൾ പിന്നെയും വളരുകയാണ്. ദുഃഖ ത്തിന്റെ ഭാരമകറ്റാൻ ഉന്മാദരോഗത്തിനായി പ്രാർഥിച്ചിരുന്നതായി അവൾ ഓർമിക്കുന്നു. *ലീല*യിൽ മദനൻ എത്തിച്ചേരുന്ന അവസ്ഥ. കടുത്ത ദുഖ ത്തിൽ നിന്ന് ഉന്മാദത്തിലേക്കുപോകുകയായിരുന്നു മദനൻ. പ്രണയ ത്തിൽ ഭ്രാന്തമായി സ്വയം അഭിരമിച്ചുകൊണ്ടാണ് അയാൾ ഉന്മാദത്തി ലേക്ക് പോകുന്നത്. പക്ഷേ സീത അതിൽ നിന്നും വ്യത്യസ്തയാണ്. അവൾ പ്രണയത്തിന്റെ ഇരയാണ്. നളിനിയെപ്പോലെ, *ലീല*യെപ്പോലെ പുരുഷനാൽ തിരസ്കരിക്കപ്പെട്ടു പോകുന്നവൾ തന്നെ *ലീല*.

ശ്രീരാമന്റെ അനുജനായ ലക്ഷ്മണനാണ് സീതയെ കാട്ടിൽ കൊണ്ടുപോയി തള്ളുന്നത്. തന്റെ ജ്യേഷ്ഠന്റെ രാജനീതിക്കെതിരെ കുത റുകപോലും ചെയ്യാതെ രാജകൽപ്പനയെ ശിരസ്സാവഹിച്ച ലക്ഷ്മണന് നല്ലതുവരട്ടെയെന്നാണ് സീതപറയുന്നത്. കാനനവാസകാലത്ത് മായാ മൃഗത്തിന്റെ പിന്നാലെ പായുവാൻ വിസമ്മതിച്ച ലക്ഷ്മണനോട് തന്നോ ടുള്ള കാമവികാരമാണതിനുകാരണമെന്നും മറ്റും പറഞ്ഞത് സീത ഓർമിക്കുന്നുണ്ട്:

കനിവാർന്നനുജാ! പൊറുക്ക ഞാൻ
നിനയാതോതിയ കൊള്ളിവാക്കുകൾ
അനിയന്ത്രിതമായ് ചിലപ്പൊഴീ–
മനമോടാത്ത കുമാർഗ്ഗമില്ലടോ.

നിർദോഷിയായ ലക്ഷ്മണനിൽ കുറ്റം ആരോപിച്ചതിന്റെ പാപഫ ലമായാണ് സീത തന്റെ ദുർവിധിയെ കാണുന്നത്. മായാമൃഗം വരുന്നത് പുരുഷപ്രലോഭനങ്ങളുടെയോ പുരുഷാധികാരത്തിന്റെയോ ലോകത്തു നിന്നാണ്. മായാമൃഗത്തിന്റെ ഇരകളായിരുന്നു സ്ത്രീകൾ. പുരുഷനാൽ നിരന്തരം പ്രലോഭിപ്പിക്കപ്പെടുകയോ വഞ്ചിക്കപ്പെടുകയോ ചെയ്യുന

അനേകം സ്ത്രീകളുടെ പ്രതിനിധിയായിരുന്നു സീത. രാമരാവണയുദ്ധ
ത്തിൽ സീത യുദ്ധത്തിന്റെ വെറുമൊരു കാരണം മാത്രമായിരുന്നു. യുദ്ധം
ജയിച്ചതോടെ അവൾ പുറത്താക്കപ്പെടുകയാണ്. പുരുഷാധികാരത്തിന്റെ
പടയോട്ടങ്ങളിലെ ഇരമാത്രമാണവൾ. ലക്ഷ്മണനും ഈ പുരുഷാധി
കാരത്തിൽനിന്നും പുറത്തല്ല. സ്വന്തം ഭാര്യയെപ്പോലുമുപേക്ഷിച്ച്
വനവാസം എന്ന അധികാര-രാഷ്ട്രീയ നാടകത്തിലേക്ക് ജ്യേഷ്ഠനോ
ടൊപ്പം ലക്ഷ്മണനും പ്രവേശിക്കുകയാണ്. സീതയും ഇത്തരം അധി
കാരപരിസരത്തിന്റെ ലക്ഷ്മണരേഖയ്ക്കുള്ളിൽ തന്നെയാണ്. അതിൽ
നിന്ന് പുറത്തുകടക്കാനുള്ള കുതറലുകളാണ് യഥാർഥത്തിൽ *ചിന്താവി
ഷ്ടയായ സീത.*

കുമാരനാശന്റെ ഈ കവിത നിരവധി പഠനങ്ങൾക്കും വിമർശന
ങ്ങൾക്കും വിധേയമായിട്ടുണ്ട്. അതിൽ ഒരു നിരീക്ഷണം ഇങ്ങനെയാണ്:
പൗരാണിക സീതയുടെ പരിശുദ്ധ സംസ്കാരവുമായിട്ട് ഇഴുകിച്ചേർന്ന്
സീതയുടെ ആത്മചൈതന്യത്തിന് ലോപം വരാത്ത വിധത്തിൽ സീത
യെ സീതയുടെ ദിവ്യമായ പരിവേഷത്തിനകത്തുനിർത്തി പുനരാവിഷ്ക
രിക്കാനോ മാനവീകരിക്കാനോ ആശാനു കഴിഞ്ഞിട്ടില്ല. ആശാന്റെ കാവ്യ
വ്യക്തിത്വത്തിൽ കടന്നു കയറിയ സ്വത്വവ്യക്തിത്വങ്ങളുടെ അതിപ്രസരം
തന്നെയാണിതിനു ഹേതു (മലയാള ഖണ്ഡകാവ്യങ്ങൾ ഒരു പഠനം:
പ്രൊഫ. എം പി പണിക്കർ. കേരള ഭാഷാ ഇൻസ്റ്റിറ്റ്യൂട്ട്).

ആശാന്റെ കാവ്യവ്യക്തിത്വത്തെ സീതയുമായി ചേർത്തു വച്ചുകൊ
ണ്ടുള്ള വായന സർഗാത്മകമല്ല. എഴുത്തുകാരനിൽനിന്ന് വേറിട്ട വായ
നകളിലേക്കും കാഴ്ചപ്പാടുകളിലേക്കും ഒരു കൃതിയുടെ സഞ്ചാരങ്ങളെ
കണ്ടെത്തുകയാണ് നിരൂപകധർമം. അതിനുപകരം *വാല്മീകി രാമായ
ണത്തിന്റെ* 'ഹാങ് ഓവറി'ൽനിന്ന് പുറത്തുകടക്കാൻ കഴിയാതെ
വാല്മീകിയുടെ സീതയെ തിരഞ്ഞുകൊണ്ടിരുന്ന നിരൂപകരായിരുന്നു
ആശാന്റെ സീതയെ വിമർശിച്ചത്. സീത എന്ന അനശ്വര കഥാപാത്രത്തെ
ആശാൻ വായിച്ചെടുത്തപ്പോൾ ഉണ്ടായ ഈ കവിതയുടെ വിപ്ലവാത്മ
കതയെ തിരിച്ചറിയാൻ ചില നിരൂപകർക്ക് കഴിയാതെ പോയി.

മലയാള കവിതയിൽ സീതയുടെ ചിന്തകൾ ഇനിയും നിരവധി പഠ
നങ്ങളിലൂടെ കടന്നുപോകും. പുരുഷമേൽക്കോയ്മകളെ പൊള്ളലേൽപ്പി
ക്കുന്ന കത്തുന്ന സ്ത്രീചിന്തകൾ കൊളുത്തപ്പെടുന്നത് *ചിന്താവിഷ്ടയായ
സീതയിലെ* ചിന്തകളിൽനിന്നാണ്.

> സ്ഫുടമിങ്ങനെ ഹന്ത! ബുദ്ധിയിൽ
> പടരും ചിന്തകളാൽ തുടിച്ചിതേ
> പുടവയ്ക്കു പിടിച്ച തീ ചുഴ-
> ന്നുടൽ കത്തുന്നൊരു ബാലപോലവൾ.

എന്നാണ് ആശാൻ സീതയുടെ ചിന്തകളെക്കുറിച്ചെഴുതുന്നത്. സീത
യുടെ ചിന്തകൾ അവസാനിക്കുന്നില്ല. ഭൂമി പിളർന്നുപോയ ഈ ചിന്ത
കൾ പുതിയ കാലത്ത് പുതിയ സംവാദങ്ങളായി മുളച്ചുവരും. ആശാൻ
കവിതയെ സമകാലികമായി നിലനിർത്തുന്നത് പുതിയ ചിന്തകളിലേക്ക്
ചേർന്നു നിൽക്കാനുള്ള അതിന്റെ സർഗാത്മകത തന്നെയാണ്.

8

ദുരവസ്ഥ:
ദളിത് പ്രതിനിധാനം, നവോത്ഥാനം

ആയിരത്തിതൊള്ളായിരത്തി ഇരുപത്തി രണ്ടിലാണ് *ദുരവസ്ഥ* പ്രസിദ്ധീകരിക്കപ്പെടുന്നത്. മലബാർ കലാപമാണ് ദുരവസ്ഥയുടെ പശ്ചാ ത്തലം. ഫ്യൂഡൽ മേൽക്കോയ്മയ്ക്കെതിരെയും ബ്രിട്ടീഷ് സാമ്രാജ്യത്തി നെതിരെയും നടന്ന ധീരമായ പോരാട്ടമായിരുന്നു മലബാർ കലാപം. ഈ ചരിത്രവസ്തുതയെ ആശാൻ കവിതയിലാവിഷ്കരിച്ചപ്പോൾ സംഭ വങ്ങളുടെ രാഷ്ട്രീയാർഥങ്ങളെ വേണ്ടവിധം ഉൾക്കൊള്ളാനായില്ല. ആശാൻ മുഖവുരയിൽ അത് സൂചിപ്പിക്കുന്നുണ്ട്:

ലഹളയുടെ അപൂർണവും അസ്പഷ്ടവുമായ ഛായയും പാ‌ാങ്ങ ളിൽ ചിലതിന്റെ മന്ദമായ പ്രതിധ്വനിയും മാത്രമേ ഇതിൽനിന്നു ഗ്രഹിപ്പാൻ കഴിയു. പ്രകൃതത്തിൽ അധികമായ ജിജ്ഞാസ ജനി പ്പിക്കുന്നതിനും ഇത്തരം ഒരു കൃതിയിലെ സാഹിത്യസംബന്ധ മായ ആവശ്യകത നിറവേറ്റുന്നതിനും അതു പര്യാപ്തമാകുമെന്നു വിശ്വസിക്കുന്നു. *ദുരവസ്ഥ* എന്റെ മറ്റ് കൃതികളെ അപേക്ഷിച്ചു വിലക്ഷണരീതിയിൽ ഉള്ള ഒരു കാവ്യമാണ്. വർത്തമാനകാ ലത്തും വായനക്കാരുടെ മുമ്പിലും നടക്കുന്ന സംഭവങ്ങളെ ആധാ രമാക്കിയെന്നു മാത്രമല്ല, അവയെ കഴിയുന്നത്ര തന്മയത്വത്തോ ടുകൂടി വർണിപ്പാൻ ആശിച്ചുകൊണ്ടും രചിക്കപ്പെടുന്ന കഥാരൂപമായ കവിതകളിൽ സാരസ്യം വരുത്താൻ പ്രയാസമാ ണെന്നും പറയേണ്ടതില്ലല്ലോ. ഭൂതകാലവും പരോക്ഷതയും ആണ് കവിതാചിത്രനിർമാണത്തിനു പറ്റിയതായി പണ്ടു പണ്ടേ അറിയപ്പെടുന്നതും സ്പൃഹണീയവുമായ ഭിത്തികൾ. രേഖയു ടെയോ വർണത്തിന്റെയോ പല ന്യൂനതകളും അവ മറച്ചുകളയും; ഗുണങ്ങളെ ഉജ്ജലമാക്കുകയും ചെയ്യും.

ആശാന്റെ ഈ ബോധ്യങ്ങൾ ശരിയായിരുന്നു എന്ന് പിൽക്കാലം തെളിയിച്ചിട്ടുണ്ട്. അതുകൊണ്ടുതന്നെ കവിതയുടെ സമകാലിക വായനയിൽ ആശാന്റെ ഈ മുഖവുരയെ സവിശേഷമായി പരിഗണിക്കേണ്ടതുണ്ട്. *ദുരവസ്ഥ* യഥാർഥത്തിൽ ഒരു പശ്ചാത്തലം മാത്രമായിരുന്നു; വലിയൊരു സാമൂഹ്യ വിപ്ലവത്തെ ആവിഷ്കരിക്കാനുള്ള ഒരു കാവ്യപശ്ചാത്തലം. അതുകൊണ്ട് തന്നെ മലബാർ കലാപത്തെ ആശാൻ സമീപിച്ചതിന്റെ ന്യായാന്യായങ്ങളിലേക്കല്ല കാവ്യവിചാരങ്ങൾ തിരിയേണ്ടത്.

നവോത്ഥാനചിന്തയുടെ തിളക്കമാർന്ന ആവിഷ്കാരമായിരുന്നു *ദുരവസ്ഥ*. ജാതിവ്യവസ്ഥയെ ഇത്രമേൽ കടന്നാക്രമിക്കുന്ന രചന അക്കാലത്ത് അപൂർവമായിരുന്നു. സാവിത്രി എന്ന അന്തർജനം ചെറുമക്കുടിലിൽ പുതിയ ജീവിതം കണ്ടെത്തുമ്പോൾ അത് മനുഷ്യസംസ്കാരത്തിന്റെ മഹോന്നതമായ പാഠമാവുകയാണ്. ലഹളക്കാർ തീവെച്ച് നശിപ്പിക്കപ്പെട്ട ഇല്ലത്തുനിന്നും പ്രാണരക്ഷാർഥം ഓടിപ്പോന്നവളാണ് സാവിത്രി. അവൾ ഒരു ദളിത് യുവാവിന്റെ കുടിലിൽ അഭയം പ്രാപിക്കുകയാണ്. തന്റെ ബന്ധുക്കൾ കൊലചെയ്യപ്പെട്ടതിന്റെ നടുക്കം വിട്ടുമാറാത്ത സാവിത്രി, കൂട്ടുകാരി മൈനയോടു പറയുന്ന വാക്കുകൾ ഇന്ത്യൻ ജാതിവ്യവസ്ഥയെ പ്രതിക്കൂട്ടിൽ നിർത്തുന്നുണ്ട്. മാത്രമല്ല കലാപത്തിന്റെ യഥാർഥകാരണം ഫ്യൂഡലിസവും സവർണമേധാവിത്വവുമാണെന്ന് ഉറപ്പിച്ചു പറയുകയും ചെയ്യുന്നു.

> എത്രയോ ദൂരം വഴിതെറ്റി നിൽക്കേണ്ടോ-
> രേഴച്ചെറുമൻ പോയ് തൊപ്പിയിട്ടാൽ

> ചിത്രമവനെത്തിച്ചാരത്തിരുന്നിടാം
> ചെറ്റും പേടിക്കണ്ട നമ്പൂരാരെ

> ഇത്ര സുലഭവുമാശ്ചര്യവുമായി-
> സ്സിദ്ധിക്കും സ്വാതന്ത്ര്യസൗഖ്യമെങ്കിൽ

> ബുദ്ധിയുള്ളോരിങ്ങോ ശ്രേയസ്സുപേക്ഷിച്ചു
> ബദ്ധരായ് മേവുമോ ജാതിജേലിൽ?

കീഴാളസമൂഹം മതപരിവർത്തനം ചെയ്യാനുണ്ടായ സാമൂഹ്യ സാഹചര്യങ്ങളെയാണ് കവി ഇവിടെ ആവിഷ്കരിക്കുന്നത്. ജാതി വ്യവസ്ഥക്കുള്ളിൽ ഞെരുങ്ങി കഴിയേണ്ടിവന്ന അധഃസ്ഥിത ജനതയുടെ പ്രതിരോധവും ആത്മാഭിമാനത്തിന്റെ പ്രയോഗവുമായിരുന്നു മതപരിവർത്തനം. കൊളോണിയൽ ആധുനികത സൃഷ്ടിച്ച പുതിയ ജ്ഞാനപരിസരമായിരുന്നു അത്. ഇത്തരം തിരിച്ചറിവുകൾ കേരളത്തിന്റെ നവോത്ഥാനം പങ്കുവെച്ചിട്ടുണ്ട്. അതിന്റെ ഊർജത്തിൽനിന്നാണ് ആശാൻ *ദുരവസ്ഥ* എഴുതുന്നത്.

സവർണമേധാവിത്വത്തിനെതിരായ സാംസ്കാരിക കലാപമായിരുന്നു ഈ കാവ്യം. ഒരു അന്തർജനത്തെ ദളിതനോടൊപ്പം താമസിപ്പി

ക്കുകയും അവർ തമ്മിലുള്ള പ്രണയത്തിന്റെ മുഹൂർത്തങ്ങൾ ആവിഷ്ക
രിക്കുകയും ചെയ്യുക എന്നത് ജാതിവ്യവസ്ഥയെ അതിന്റെ വേരുകളിൽ
ചെന്ന് ആക്രമിക്കുന്നതിന് തുല്യമായിരുന്നു. കാരണം ജാതി വ്യവസ്ഥ
യുടെ നിലനിൽപ്പു തന്നെ സ്വജാതി വിവാഹത്തിലാണല്ലോ. മിശ്രവിവാ
ഹത്തിലൂടെ തകർന്നു പോകുന്നത് ജാതിവ്യവസ്ഥയുടെ അടിവേരുകൾത
ന്നെയാണ്. പ്രായോഗികമായ ഇത്തരം സമരമുഖങ്ങൾക്കുവേണ്ടിയുള്ള
സാംസ്കാരിക പരിസരത്തെയാണ് *ദുരവസ്ഥ* സൃഷ്ടിച്ചത്.

ജാതിക്കെതിരെയുള്ള ആശാന്റെ പ്രബോധനപരമായ കാവ്യ ഖണ്ഡ
ങ്ങൾ അനൗചിത്യമെന്ന് കരുതുന്നവരുണ്ട്. *ദുരവസ്ഥയിൽ* ജാതിക്കെ
തിരെ ആശാൻ ആവിഷ്കരിച്ചിരിക്കുന്ന ചിന്തകളും ഉദ്ബോധനങ്ങളും
ആത്മാർഥതയുടെ വികാരം പുരണ്ടവയാണെങ്കിൽപ്പോലും പ്രകടങ്ങളാ
യതിനാൽ കാവ്യഗാത്രത്തിലെഴുന്നു നിൽക്കുന്ന തൊങ്ങലുകളായിട്ടാണ്
അനുഭവപ്പെടുന്നത്. ഒരുവേള ജാതിയുടെ പൈശാചികത്വം നേരിട്ടനുഭ
വിക്കാൻ കഴിഞ്ഞിട്ടുള്ളവർക്ക് ആവക ഉദ്ബോധനങ്ങൾ രുചിപ്രദ
ങ്ങളായെന്നുവരാം. എങ്കിലും, അവ സ്വർണത്തിൽപൊതിഞ്ഞ കല്ലു
പോലെ, സ്ഥാനസ്ഥിതങ്ങളായതുകൊണ്ടുതന്നെ, തിളങ്ങുന്നവയാണെന്ന്
ബുദ്ധിപരമായ സത്യസന്ധതയുള്ളവർക്ക് സമ്മതിക്കാൻ പറ്റില്ല. കാവ്യാ
രംഭത്തിൽതന്നെ ചെറുമന്റെ പുല്ലുമാടം അവതരിപ്പിച്ചതിനുശേഷം, പതി
നെട്ടു ഈരടികളിലായി ആവിഷ്കരിക്കുന്ന ജാതിപരമായ ചിന്തകൾ–
അവയെത്രത്തോളം സത്യസന്ധങ്ങളും ഉൽകൃഷ്ടങ്ങളും ആയാൽപ്പോ
ലും– ഇക്കാര്യത്തിൽ ഇണങ്ങിച്ചേരാത്തവിധം മുഴച്ചു നിൽക്കുന്നു (*മല
യാള ഖണ്ഡകാവ്യങ്ങൾ ഒരു പഠനം: പ്രൊഫ. എം പി പണിക്കർ കേരള
ഭാഷാ ഇൻസ്റ്റിറ്റ്യൂട്ട്.*)

ഇത്തരം വിലയിരുത്തകളെ ഇന്ന് വായിക്കുമ്പോൾ അതിൽ അടങ്ങി
യിരിക്കുന്ന സവർണ അസഹിഷ്ണുതയെ കണ്ടെത്താൻ വിഷമമില്ല.
ജാതിയുടെ ക്രൂരമായ അനുഭവങ്ങളെ നേരിട്ടവർക്കുമാത്രമാണത്രേ
ആശാന്റെ മേൽപ്പറഞ്ഞ പതിനെട്ട് ഈരടികൾ ഉദാത്തമാണെന്നു തോന്നു
ക എന്നാണ് എം പി പണിക്കർ പറയുന്നത്. അതായത് ജാതിമേൽക്കോ
യ്മകൾക്കെതിരെയുള്ള വരികൾ കാവ്യത്തിന്റെ സൗന്ദര്യത്തിനു വിഘാ
തമാണ്. 'ബുദ്ധിപരമായ സത്യസന്ധതയെന്താണെന്നറിയാത്തവരും'
'കലാസ്വാദനശേഷിയില്ലാത്തവരുമായ' ദളിതർക്കും കീഴാളർക്കും മാത്ര
മാണ് ആശാന്റെ ജാതിവിമർശനത്തിന്റെ വരികൾ ഇഷ്ടമാവു എന്നാണ്
ഇതിന്റെ സൂചന. പണ്ഡിത വരേണ്യവർഗം ഇത്ര സ്പഷ്ടമായി ജാതി
വിമർശനത്തിൽ അസഹിഷ്ണുക്കളാവുമ്പോൾ *ദുരവസ്ഥയിലെ* ആ
അനാവശ്യവരികളേതൊക്കെയാണെന്ന് പരിശോധിക്കേണ്ടതുണ്ട്.

ബാഹുവീര്യങ്ങളും ബുദ്ധിപ്രഭകളും
സ്നേഹമൊലിക്കുമുറവുകളും

ആഹന്തയെത്ര വിഘലമാക്കിത്തീർത്തു
നീ ഹിന്ദുധർമ്മമോ 'ജാതി' മൂലം!

എത്ര പെരുമാക്കൾ ശങ്കരാചര്യന്മാ–
രെത്രയോ തുഞ്ചന്മാർ കുഞ്ചന്മാരും

ക്രുരമാം ജാതിയാൽ നൂനമലസിപ്പോയ്
കേരളമാതാവേ, നിൻവയറ്റിൽ.

ദുരവസ്ഥയിൽ ഇണങ്ങിച്ചേരാനാവാത്തവിധം മുഴച്ചുനിൽക്കുന്ന തായി പറയപ്പെടുന്ന ഈരടികളിൽ ചിലതാണിത്. കവിതയുടെ ലക്ഷ്യ ത്തിലേക്കുള്ള പ്രയാണത്തിൽ ജ്വലിക്കുന്ന പന്തമായി നിൽക്കുന്ന ഈ വരികളെ അനൗചിത്യമെന്ന നിലയ്ക്ക് വിമർശിക്കുന്നത് കവിതയുടെ നന്മയെക്കരുതിയല്ലെന്ന് തീർച്ചയാണ്. ആശാൻ *ദുരവസ്ഥയെഴുതുന്നത്* അദ്ദേഹത്തിന്റെ മറ്റ് കാവ്യങ്ങളെപ്പോലെ തന്നെ സാമൂഹികമായ വലിയ മാറ്റങ്ങളെ കരുതിയാണ്. നവോത്ഥാന മൂല്യങ്ങളുടെ അന്തർധാരയുടെ ആഴങ്ങളെ മലയാളി കാവ്യാനുഭവമായി തിരിച്ചറിയുന്നത് ആശാൻകവി തയിലൂടെയായിരുന്നു. ദുരവസ്ഥ അതിന്റെ ഏറ്റവും സമരോത്സുകമായ അനുഭവമായിരുന്നു. കലാപരമായ ന്യൂനതകൾ അന്വേഷിച്ചുപോകുന്ന നിരൂപകർ കേവലമായ വാചാലതയായി ഈ ഈരടികളെ കാണുന്നു.

ഇന്ത്യയുടെ ശാപമായി മാറിയ ജാതിയെ ഒരു കവിതയുടെ പ്രശ്ന പരിസരത്തേക്ക് കൊണ്ടുവരുമ്പോൾ അതിന്റെ കലാമേന്മയെക്കുറിച്ച് സംസാരിച്ചുകൊണ്ടിരിക്കുന്നതാണ് യഥാർഥത്തിൽ ബുദ്ധിപരമായ സത്യ സന്ധതയില്ലായ്മ. ചരിത്രപരമായി ദുരവസ്ഥയ്ക്കുള്ള പ്രാധാന്യം ചൂണ്ടി ക്കാണിക്കപ്പെട്ടിട്ടുണ്ട്. *ഘാതകവധം, സരസ്വതീവിജയം* തുടങ്ങിയ 19–ാം നൂറ്റാണ്ടിൽ രചിക്കപ്പെട്ട നോവലുകൾക്കുശേഷം ഒരു ദളിതൻ നായക നാവുന്ന സമ്പൂർണ പദ്യകൃതിയാണ് *ദുരവസ്ഥ.* തികച്ചും കേരളീയയായ ഒരു നായികയെ ആശാൻ അവതരിപ്പിക്കുന്നതും *ദുരവസ്ഥയിലൂടെയാണ്*[1]. മലയാളസാഹിത്യത്തിൽ ജാതി വിരുദ്ധതയുടെ ആശയം ഉയർത്തിപ്പി ടിച്ച കൃതികൾ വിരളമാണ്. *ദുരവസ്ഥയിലും ചണ്ഡാലഭിക്ഷുകിയിലുമാണ്* അത്തരം ധീരശ്രമങ്ങൾ ആദ്യമായി കാണുന്നത്. കീഴാളർ കേന്ദ്രകഥാ പാത്രമായി കടന്നുവരുന്ന കൃതികളാണിത്[2].

തൊട്ടുകൂടാത്തവർ തീണ്ടിക്കൂടാത്തവർ
ദൃഷ്ടിയിൽ പെട്ടാലും ദോഷമുള്ളോർ

കെട്ടില്ലാത്തോർ തമ്മിലുണ്ണാത്തോരിങ്ങനെ–
യൊട്ടല്ലഹോ ജാതിക്കോമരങ്ങൾ!

എന്നിങ്ങനെ ജാതിയെ നിശിതവിമർശനത്തിന്റെ മൂർമുനയിൽനിർ ത്തുമ്പോഴും ഹിന്ദുത്വത്തെ പരിഷ്കൃതമായ ഒന്നെന്നനിലയിലും ആശാൻ

---

1. *ദലിത് സാഹിത്യ പ്രസ്ഥാനം:* കെ സി പുരുഷോത്തമൻ. കേരള സാഹിത്യ അക്കാ ദമി.

2. *മലയാള സാഹിത്യത്തിലെ കീഴാള പരിപ്രേക്ഷ്യം.* ടി കെ അനിൽകുമാർ കേരള സാഹിത്യ അക്കാദമി.

കാണുകയാണ്. യക്ഷിയും പേയുമൊക്കെയാണ് ദളിതരുടെ ദൈവമെ
ന്നുപറയുന്നതിലൂടെ ഹിന്ദുത്വത്തിന്റെ ദൈവങ്ങളെ ശ്രേഷ്ഠരാക്കുക
യാണ് ആശാൻ. സാവിത്രി; ചാത്തനെ ഹൈന്ദവവൽക്കരിക്കാനുള്ള
സാധ്യതകളുടെ സൂചനകൾ കവിതയിലുണ്ടെങ്കിലും അധ്വാനത്തിന്റെ
പാടങ്ങളിലേക്ക് സധൈര്യം നടന്നുചെല്ലാനുള്ള ഇച്ഛാശക്തി സാവിത്രി
യിൽ ഉണ്ടാവുന്നുണ്ട്.

> അല്ലൽ മറന്നു ചെറുമികളോടു ഞാ–
> നെല്ലാപ്പണികളും ശീലിച്ചിടും.

> നേരത്തേയേറ്റുടൻ പോകും പണിക്കന്തി–
> നേരംവരെ നിത്യം വേലചെയ്യും,

> ഘോരവെയിലും മഴയും ഹിമവും ഞാൻ
> സാരമാക്കാതെ സഹിച്ചുകൊള്ളും.

ഇവിടെ ഒരന്തർജനം തൊഴിലാളി സ്ത്രീയാവുന്നതിന്റെ ദൃഢനിശ്ച
യങ്ങളെയാണ് നാം കാണുന്നത്. സാവിത്രിയോട് സഹതപിക്കുകയല്ല
വേണ്ടത്. സാവിത്രിയുടെ ദളിതാവസ്ഥകളോടും തൊഴിലാളി ജീവിത
ത്തോടുമുള്ള താദാത്മ്യപ്പെടലിൽ വേദനിക്കുന്നതിനും സഹതപിക്കുന്ന
തിനും പകരം ചരിത്രത്തിൽ സംഭവിക്കേണ്ടുന്ന നവോത്ഥാന സാധ്യത
കളുടെ ഏറ്റവും ഉയർന്ന ആവിഷ്കാരമായി അതിനെ അഭിവാദ്യം ചെയ്യു
കയാണ് വേണ്ടത്. ഇവിടെ ദുരവസ്ഥ എന്നത് സാവിത്രി എന്ന
അന്തർജനത്തിന്റെ ജീവിതത്തിൽ നേരിടേണ്ടിവന്ന ചില അനുഭവങ്ങ
ളല്ല, ജാതിവ്യവസ്ഥയുടെ ജീർണതപെറുന്ന സാമൂഹിക വ്യവസ്ഥയാണ്.
പ്രണയത്തിന്റെ വരുംകാലസാധ്യതകളെയാണ് *ദുരവസ്ഥ* സ്വപ്നം
കണ്ടത്. സർഗാത്മക സൃഷ്ടികളിലെ കഥാപാത്രങ്ങൾക്കുപോലും
അസ്പൃശ്യരഹിതമോ ജാതിരഹിതമോ ആയ സ്വപ്നവഴികളിലൂടെ
പ്പോലും സഞ്ചാരസ്വാതന്ത്ര്യമില്ലാതിരുന്ന ഒരു കാലമായിരുന്നു, ദുരവ
സ്ഥയുടെ രചനാകാലം എന്നാലോചിക്കുമ്പോഴാണ് ആശാൻ ഈ കവി
തയിലൂടെ നടത്തിയ വിപ്ലവമെന്താണെന്ന് ബോധ്യമാവൂ. സവർണത
സൃഷ്ടിച്ച ജാതിയുടെ മതിൽക്കെട്ടുകളെ പൊളിച്ചടുക്കാനുള്ള സാംസ്കാ
രികോർജത്തെ സംഭരിക്കുകയായിരുന്നു ആശാൻ. സാവിത്രിയെ തമ്പ്രാ
ട്ടിയെന്നുവിളിക്കുന്ന ചാത്തനോട് തന്റെ പേരുവിളിക്കുവാനാണ് സാവിത്രി
ആവശ്യപ്പെടുന്നത്. ഇവിടെ ചാത്തൻ തന്റെ കീഴാളസ്വത്വത്തെ മറികട
ക്കാതെ ഉഴറുമ്പോൾ സാവിത്രി തന്റെ മേലാള ജീവിതത്തിൽനിന്ന് കീഴാ
ളസ്വത്വം സ്വയം ഏറ്റെടുക്കുകയാണ്. ചാത്തന്റെ ജീവിതത്തിലെ ബാധ്യ
തയായി സാവിത്രി മാറുകയാണോ എന്നു തോന്നുന്ന വിധത്തിലാണ്
ചാത്തന്റെ സ്വഭാവത്തെ ആശാൻ ചിത്രീകരിച്ചിരിക്കുന്നത്. അവളുടെ
സാന്നിധ്യം ചാത്തനിൽ അധമബോധം ഉറപ്പിക്കുകയാണ് ചെയ്യുന്ന
തെന്നും വായനക്കാരനുതോന്നാം. എന്നാൽ ആശാൻ; ജാതിയുടെ അടി
മാനുഭവങ്ങൾക്കും അധീശാനുഭവങ്ങൾക്കുമപ്പുറം പ്രണയത്തെ പ്രതി

ഷ്ഠിച്ചുകൊണ്ട് ജാതിയുടെ എല്ലാ അർഥത്തിലുമുള്ള അനുഭവങ്ങളെയും മറികടക്കുകയായിരുന്നു.

തീയ്യെ വലംവച്ചവനെ നയിച്ചു തൻ–
പായിൽ ശയിച്ചു താൻ ശയിച്ചാൽ.

തന്റെ മറുപാതി ഉടലായി തന്റെ പായുടെ പാതിയിലേക്ക് ചാത്തനെ ക്ഷണിക്കുന്ന സാവിത്രി പ്രണയത്തെ വിപ്ലവമായി മാറ്റുകയാണ്. കവി തയിലും ജീവിതത്തിലും *ദുരവസ്ഥ* ഉയർത്തിയ ഈ വിപ്ലവമാണ് ഭാവികേരളത്തിന്റെ പ്രണയസങ്കൽപ്പനങ്ങളെ രൂപപ്പെടുത്തിയത്. അധീ ശത്വം പതിയിരിക്കുന്ന സൂക്ഷ്മ ഇടങ്ങളെ തിരിച്ചറിഞ്ഞുകൊണ്ടുതന്നെ നമ്മുടെ സെക്യുലർ പ്രണയസങ്കൽപ്പനങ്ങൾക്ക് കുതരാൻ കെൽപ്പ് നൽകിയ കാവ്യമായി *ദുരവസ്ഥ* അതിന്റെ സംവാദം തുടരുകയാണ്.

9

ചണ്ഡാലഭിക്ഷുകി ജാതി ലിംഗ സംവാദങ്ങൾക്കൊരാമുഖം

മലയാളകവിതയിൽ ബൗദ്ധപാരമ്പര്യത്തിന്റെ സർഗാത്മകതയെ ഫലപ്രദമായി ആവിഷ്കരിച്ച കവിയായിരുന്നു കുമാരനാശാൻ. *ചണ്ഡാ ലഭിക്ഷുകിയിലും* കരുണയിലും ആശാൻ ബുദ്ധിസത്തിന്റെ സംവാദപ രിസരത്തുനിന്നുകൊണ്ടാണ് തന്റെ കാവ്യലോകം തുറക്കുന്നത്. ദുരവ സ്ഥയ്ക്കുശേഷം കുമാരനാശാൻ എഴുതിയ കവിതയാണ് *ചണ്ഡാലഭി ക്ഷുകി*. 1923 ജനുവരിയിലാണ് ഈ കവിത പ്രസിദ്ധീകരിക്കപ്പെടുന്നത്. ഈ കവിതയുടെ ഇതിവൃത്തം ആശാൻ സ്വീകരിച്ചത് ബുദ്ധകഥാ സഞ്ച യത്തിൽ നിന്നാണ്. മൂലകഥ *The Essence of Buddhism* എന്ന ലക്ഷ്മി നരസുവിന്റെ ഗ്രന്ഥത്തിൽനിന്ന് എടുത്തു ചേർത്തിട്ടുമുണ്ട്.

നാലുഭാഗങ്ങളിലായാണ് ആശാൻ കവിതയെ വിന്യസിപ്പിച്ചിരിക്കു ന്നത്. ഒന്നാം ഭാഗത്ത് രണ്ടായിരത്തി അഞ്ഞൂറു വർഷങ്ങൾക്കുമുമ്പ് ഉത്ത രേന്ത്യയിലെ ശ്രീവസ്ഥിക്കടുത്ത് വേനലിൽ വാകമരങ്ങളിൽ അഗ്നിപുത്തു നിൽക്കുന്ന ഒരു ഗ്രാമത്തിൽ മധ്യാഹനസമയത്ത് ദാഹത്താൽ വരണ്ട തൊണ്ടയുമായ് ആനന്ദൻ എന്ന ബുദ്ധഭിക്ഷു വരികയാണ്. അയാൾ ഒരു കിണറിന്റെ അരികിലേക്കാണ് വരുന്നത്. അവിടെ വെള്ളം കോരുന്ന ചണ്ഡാലജാതിയിൽപ്പെട്ട യുവതിയോട് അയാൾ വെള്ളം ചോദിക്കുക യാണ്.

തൂമതേടും തൻ പാള കിണറ്റിലി–
ട്ടോമൽകൈയാൽ കയറു വലിച്ചുടൻ

കോമളാംഗി നീർ കോരിനിന്നീടിനാൽ
ശ്രീമനാബ്ഭിക്ഷുവങ്ങു ചെന്നർത്ഥിച്ചാൻ:

"ദാഹിക്കുന്നു ഭഗിനീ കൃപാരസ–
മോഹനം കുളിർതണ്ണീരിതാശു നീ

ബുദ്ധഭിക്ഷുവിന്റെ ചോദ്യം വെള്ളത്തിന്റെയോ ദാഹത്തിന്റെയോ പ്രശ്നമായിരുന്നില്ല എന്നതാണ് ഈ കവിതയെ ജാതി സംവാദങ്ങളി ലേക്ക് ഉയർത്തുന്നത്. വരേണ്യനും പുരുഷശ്രേഷ്ഠനുമായ ആനന്ദ ഭിക്ഷുവിന്റെ ദാഹം ഇന്ത്യൻ ജാതിവ്യവസ്ഥയെയും ബ്രാഹ്മണ മൂല്യ ങ്ങളെയും വിചാരണയ്ക്കെടുക്കുകയാണ്. കാരണം അദ്ദേഹം വെള്ളം ചോദിച്ചത് ഒരു കീഴാള സ്ത്രീയോടാണ്. ജാതിയെ പരിഗണിക്കാതെ യുള്ള ഭിക്ഷുവിന്റെ ഈ ചോദ്യം ബ്രാഹ്മണ്യത്തിന്റെ മൂല്യവ്യവസ്ഥയോ ടായിരുന്നു. പൊതുകിണറിൽ നിന്ന് വെള്ളമെടുക്കൻ സ്വാതന്ത്ര്യമില്ലാ തിരുന്ന ജനതയോടാണ് ആനന്ദഭിക്ഷു വെള്ളം ചോദിക്കുന്നത്.

ഓമലേ, തരു തെല്ലെ" ന്നതു കേട്ടൊ–
രാ മനോഹരിയമ്പരന്നോതിനാൾ:

"അല്ലല്ലെന്തു കഥയിതു കഷ്ടമേ!
അല്ലലാലങ്ങു ജാതി മറന്നിതോ?

നീചനാരിതൻ കൈയാൽ ജലം വാങ്ങി–
യാചരിക്കുമോ ചൊല്ലെഴുമാര്യന്മാർ?

ജാതി സൃഷ്ടിച്ച ഭീതിയുടെ പരിസരത്താണ് അവൾ ജീവിക്കുന്നത്. പുറജാതികളാക്കപ്പെട്ട് (out caste) മനുഷ്യരായിപ്പോലും പരിഗണിക്ക പ്പെടാതെ ഗ്രാമത്തിനുവെളിയിൽ ജീവിക്കുന്ന ഒരുവളോടാണ് ആര്യവം ശജനായ ഒരാൾ വെള്ളം ചോദിച്ചിരിക്കുന്നത്. അതുകൊണ്ടാണ് അവൾ അമ്പരന്നുപോകുന്നത്.

ഓതിനാൾ ഭിക്ഷുവേറ്റം വിലക്ഷനായ്
"ജാതി ചോദിക്കുന്നില്ല ഞാൻ സോദരീ,

ചോദിക്കുന്നു നീർ നാവു വരണ്ടഹോ
ഭീതി വേണ്ട തരികതെനിക്കു നീ."

അയാൾ; തന്നെ ഒരു വ്യക്തിയായി, സ്ത്രീയായി പരിഗണിച്ചത് അവൾ ഇവിടെ തിരിച്ചറിയുകയാണ്. ആനന്ദഭിക്ഷുവിന്റെ സംബോധന കൾ അത്തരത്തിലുള്ളതായിരുന്നു. ഭഗിനീ, ഓമലേ, സോദരീ തുടങ്ങിയ അയാളുടെ സംബോധനകൾ അവളുടെ മനസിൽ നാളിതുവരെയില്ലാത്ത ചില അനുഭൂതിവിശേഷങ്ങൾ ഉണർത്തുകയായി. ഭീതിവേണ്ട എന്ന ഭി ക്ഷുവിന്റെ വാക്ക് ജാതിപ്പേടിയിൽ ആണ്ടുപോയ അവളിൽ പുതിയ ചില വെളിച്ചങ്ങൾ പകർന്നുവെച്ചു. അവൾ പിന്നെ തർക്കങ്ങളൊന്നും പറ യാതെ;

മദ്ധ്യം പൊട്ടി നുറുങ്ങി വിലസുന്ന
ശുദ്ധക്കണ്ണാടിക്കാന്തി ചിതറും നീർ,

ആർത്തിയാൽ ഭിക്ഷു നീട്ടിയ കൈപ്പുവിൽ
വാർത്തു നിന്നിതെ മെല്ലെക്കുനിഞ്ഞവൾ.

അവൾ കൊടുത്ത ജലത്തിൽ ജാതിയുടെ മതിൽക്കെട്ടുകൾ പൊളി ക്കാൻ പോന്ന തിരമാലകളിരമ്പുന്നുണ്ടായിരുന്നു. ആനന്ദഭിക്ഷുവിന്റെ കൈപ്പുവിലേക്ക് വാർന്നുവീണ ഈ ജലത്തിൽനിന്നാണ് ദളിത് സ്ത്രീ സംവാദമേഖലകൾ തിരയടിച്ചുയർന്നത്. ദാഹമകറ്റി ഭിക്ഷുപോകുന്നുവെ ങ്കിലും മാതംഗിയുടെ മനസ്സ് മറ്റേതോ ദാഹത്താൽ നിറയുന്നതാണ് നാം കാണുന്നത്. അത് പ്രണയമല്ലാതെ മറ്റൊന്നുമല്ല. ആനന്ദഭിക്ഷുവിനോ ടുള്ള പ്രണയം വേനലിലെ തെളിനീരുറവപോലെ അവളുടെ മനസിലേ ക്കൊഴുകിയെത്തുകയാണ്. തന്റെ ആത്മബോധ്യങ്ങളുടെ അരയാൽ തണ ലിലേക്ക് തിരിച്ചുപോയ ബുദ്ധഭിക്ഷുവിന്റെ സാമീപ്യത്തിൽനിന്ന് വേർപെ ട്ടുപോകാൻ അവൾക്ക് മനസ്സ് വരുന്നില്ല. അവൾ ഒരു പൂത്ത വാകമര ത്തിൽ ഒറ്റക്കാലുന്നിനിന്ന് ദൂരെ ഇരിക്കുന്ന ആനന്ദനെ വീക്ഷിക്കുകയാ ണ്. പ്രണയത്തിന്റെയും ആത്മീയതയുടെയും വൈരുധ്യത്മക ബന്ധ മാണ് ആനന്ദന്റെ ധ്യാനവും മാതംഗിക്ക് അയാളോടുള്ള പ്രണയവും. വൈരുധ്യങ്ങളുടെ സംഘർഷങ്ങളിൽനിന്നുണ്ടാവുന്ന പുതിയ കാഴ്ചക ളാണ് കാഴ്ചപ്പാടുകളായും പുതിയ ഭാവുകത്വമായും വികസിക്കുന്നത്.

ചൂട് അൽപ്പം ശമിക്കുമ്പോൾ ഭിക്ഷു എഴുന്നേറ്റ് പോവുന്നു. വില യേറുമെന്തോ കളഞ്ഞതു മാതിരി അവളും വീട്ടിലേക്കു നടക്കുന്നു. ഇവിടെയാണ് മൂന്നാം ഭാഗം തുടങ്ങുന്നത്. അവൾ വീട്ടിലെത്തിയെങ്കിലും അവളുടെ മനസ്സ് അതിനുമെപ്പൊഴേ മുൻപുതന്നെ വീടുവിട്ടിറങ്ങിയിരുന്നു.

ചിറകറ്റ മിന്നാമിനുങ്ങുപോലെ–
യരുപകൽ നീങ്ങിയിഴഞ്ഞിഴഞ്ഞു

പൊറുതിയുണ്ടായില്ല രാവിലുമ–
ച്ചെറുമിയന്നുണ്ടില്ലുറങ്ങിയില്ല.

മനസ്സു കൈമോശം വന്ന മാതംഗി കണ്ണടച്ചാൽ ആ കിണറും പേരാലും അവിടമെല്ലാം പ്രകാശം പരത്തി നിൽക്കുന്ന ആ ഭിക്ഷുവും മാത്രമാണ് തെളിഞ്ഞുവരുന്നത്. കൂമന്റെ കൂവലുകളിലൂടെ ആ രാത്രിയിലെ ഓരോ യാമങ്ങളും അവൾക്ക് മനപ്പാഠമായി. പുലർച്ചെതന്നെ അവൾ കുടിലിൽനിന്നിറങ്ങി, ഭിക്ഷുവിന്റെ പാദമുദ്ര തേടി യാത്രയാവു കയാണ്. ഭിക്ഷു അവിടെ പതിപ്പിച്ചുപോയ ആ കാലടികളാണ് അവ ളിലെ സ്വത്വസംഘർഷങ്ങളെ ഉണർത്തുന്നത്. കാലടി ഇവിടെ ഒരു അട യാളമാണ്. അടിയാളരുടെ അടങ്ങിക്കിടക്കുന്ന വംശബോധ്യങ്ങളുടെ തിരി ച്ചറിവാണ്. പ്രണയത്താൽ പ്രലോഭിതയായി ആ കാലടികൾ പിന്തുടർന്ന പ്പോൾ അവളിൽ അധമബോധം ഇല്ലായിരുന്നു. സ്വാതന്ത്ര്യത്തിന്റെ സ്വത്വ ബോധമാണ് അവളെ ഇപ്പോൾ നയിക്കുന്നത്. തനിക്ക് സാതന്ത്ര്യബോധം നൽകിയ ആ പാദമുദ്രയാണ് അവൾ കുനിഞ്ഞ് ചുംബിക്കുന്നത്. ആശാന്റെ ലീലയെപ്പോലെ മാതംഗിയും പ്രണയത്തിൽ വിമോചനത്തിന്റെ ചക്രവാളങ്ങളാണ് കാണുന്നത്.

അവളുടെ പ്രണയയാത്ര അവസാനിക്കുന്നത് ശ്രാവസ്തി നഗര ത്തിലെ ശ്രീ ബുദ്ധൻ വസിക്കുന്ന ജേതൃവനവിഹാരത്തിലാണ്. ബുദ്ധനെ

ദർശിച്ച മാത്രയിൽ ഉള്ളുലയ്ക്കുന്ന സംഭ്രമവും പാരവശ്യവും അവൾക്കു ണ്ടാകുന്നു.

പുതുദീപംമുമ്പിൽ പതംഗിപോലെ,
കതിരവൻമുമ്പിൽ ധരിത്രിപോലെ,

നിഗമരത്നത്തിന്റെ മുമ്പിൽ യുക്തി–
വികലമാം പാമരവാണിപോലെ,

അചലമാം ബോധംമുമ്പപ്രഗല്ഭ–
വിചികിത്സപോലെയും വിഹലാംഗി.

ആനന്ദഭിക്ഷുവിനോടുള്ള പ്രണയത്താൽ അയാളുടെ കാലടികളെ പിന്തുടർന്നെത്തിയ മാതംഗി ബുദ്ധനെ കാണുന്നതോടെ അനിർവചനീ യമായ ഒരവസ്ഥയിൽ എത്തിപ്പെടുകയാണ്. തന്റെ ആന്തരികലോകങ്ങ ളിൽ പുതിയ വെളിച്ചങ്ങൾ പടർന്നുതുടങ്ങുന്നതിന്റെ അനുഭവം അവൾക്കുണ്ടാവുന്നു. ബുദ്ധൻ അവൾക്ക് ധർമോപദേശം നൽകുകയും അവളെ ഭിക്ഷുകീമന്ദിരത്തിലെ അന്തേവാസിയാകാൻ അനുവദിക്കുകയും ചെയ്തു.

നാലാം ഭാഗം ആരംഭിക്കുന്നത് അവൾ ബുദ്ധശിഷ്യയായി ഒരു ഭിക്ഷുണിയുടെ ദിനചര്യകൾ ശീലിക്കുകയും മന്ദിരത്തിലെ മറ്റ് അന്തേ വാസികളുടെ സ്നേഹാദരങ്ങൾക്ക് പാത്രമാവുകയും ചെയ്തു എന്നുപ റഞ്ഞുകൊണ്ടാണ്. പക്ഷേ ജാതിയുടെ വേട്ടക്കണ്ണുകൾ അവിടെയും എത്തുകയാണ്. ഒരു ചണ്ഡാലസ്ത്രീ ബുദ്ധഭിക്ഷുകിയായിത്തീർന്നതും അവൾ ധർമാശ്രമത്തിൽ പാർക്കുന്നതും ബ്രാഹ്മണ മേധാവിത്വത്തിന് ഉൾക്കൊള്ളാനായില്ല.

"നിർണ്ണയം കാലം മറിഞ്ഞു വര–
വർണ്ണിനീ ധർമ്മമഠത്തിൽ,

മുണ്ഡനംചെയ്കയാലിന്നു ശുദ്ധ
ചണ്ഡാലി കേറി സമത്തിൽ.

താണ ചെറുമിയൊന്നിച്ചായ് അവർ–
ക്കൂണുമിരിപ്പും കിടപ്പും,

കാണി കൂസാതായി വെപ്പും ശാസ്ത്ര–
വാണിയും നാട്ടിൽ നടപ്പും.

പാരിൽ യജ്ഞങ്ങളില്ലാതായ് ദേവർ
ക്കാരാധനകളില്ലാതായ്.

ആരും പഠിക്കാതെയായി വേദം
പോരെങ്കിൽ ജാതിയും പോയി."

ബുദ്ധിസത്തിന്റെ സ്വാധീനം അക്കാലത്ത് ജനമനസുകളിൽ ആഴത്തിൽ വേരോടിയിരുന്നതായി ഈ വരികളിൽ നിന്ന് മനസിലാക്കാം. വേദങ്ങൾ ആരും പഠിക്കാതെയായിരിക്കുന്നു. ബുദ്ധധർമങ്ങളെ അനുസ രിക്കുന്ന ഒരു പുതിയ ആത്മീയ സംസ്കാരത്തെയും ജാതിവ്യവസ്ഥയ്ക്ക തീതമായ ജീവിതരീതികളെയും ജനങ്ങൾ സ്വീകരിക്കാൻ തുടങ്ങിയ തിന്റെ സൂചനകളും മേൽ വരികളിൽ നിന്ന് വായിച്ചെടുക്കാം. ജാതിയുടെ കോട്ടകൾ ഇളകിത്തുടങ്ങിയതറിഞ്ഞ ബ്രാഹ്മണ മേധാവിത്വം രാജാവായ പ്രസേനജിത്തിനെ കാണുകയും വിവരങ്ങൾ ധരിപ്പിക്കുകയും ചെയ്യുന്നു. ബുദ്ധനെ സന്ദർശിക്കാൻ പരിവാരസമേതം പ്രസേനജിത്ത് ആശ്രമത്തിൽ എത്തുകയാണ്. പക്ഷേ ബുദ്ധസാന്നിധ്യത്തിന്റെ പ്രകാശപൂർണമായ അന്തരീക്ഷവും താൻ ഉന്നയിക്കാൻ പോകുന്ന കാര്യങ്ങളുടെ ലഘുത്വവും മനസിലാക്കിയ രാജാവ് ഒന്നുമുരിയാടാതെ നിന്നതേയുള്ളൂ. രാജാവിന്റെ ആഗമനോദ്ദേശ്യം മനസിലാക്കിയ ബുദ്ധൻ ഇങ്ങനെ പറയുന്നു:

"വത്സമാതംഗിയെച്ചൊല്ലി–വിചി–
കിത്സയല്ലല്ലി വിഷയം?

എന്തു പറവു? എന്തോർപ്പൂ–ജാതി
ഹന്ത വിഡംബനം രാജൻ!

ക്രോധിച്ചു ജന്തു പോരാടും–സ്വന്ത–
നാദത്തിൻ മാറ്റൊലിയോടും

വല്ലിതന്നഗ്രത്തിൽനിന്നോ–ദ്വിജൻ
ചൊല്ലുക മേഘത്തിൽനിന്നോ

യാഗാഗ്നിപോലെ ശമിതൻ–ഖണ്ഡ–
യോഗത്തിൽനിന്നോ ജനിപ്പൂ?

അജ്ജാതി രക്തത്തിലുണ്ടോ? അസ്ഥി
മജ്ജ ഇതുകളിലുണ്ടോ?

ചണ്ഡാലിതൻമെയ് ദ്വിജന്റെ ബീജ–
പിണ്ഡത്തിനുഷരമാണോ?

പുണ്ഡ്രമോ പൂണുനൂൽതാനോ ശിഖാ –
ഷണ്ഡമോ ജന്മജന്മമാണോ?

അക്ഷരബ്രഹ്മം ദ്വിജന്മാർ സ്വയം
ശിക്ഷകൂടാതറിയുന്നു?

ഇന്ത്യൻ ജാതി വ്യവസ്ഥയ്ക്കെതിരെയുള്ള നിശിതമായ വിമർശന ങ്ങളാണ് ആശാൻ ശ്രീബുദ്ധനിലൂടെ പറയുന്നത്. പ്രസേനജിത്തിനോ ടുള്ള ബുദ്ധന്റെ ധർമോപദേശം ബ്രാഹ്മണിസത്തിനോടും ജാതിഹിന്ദു ത്വത്തിനുമുള്ള മറുപടിയായിരുന്നു. ജാതിയെന്നത് ശുദ്ധകോമാളി ത്തമാണെന്ന് ബുദ്ധൻ പറയുന്നു. അദ്ദേഹം ചോദിക്കുന്നു:

എവിടെയാണ് ജാതി നിലനിൽക്കുന്നത്. മേഘത്തിൽ നിന്നോ മറ്റോ ആണോ ബ്രാഹ്മണൻ ജനിക്കുന്നത്? അതോ ചമതക്കൊമ്പുകളു രസി യാഗാഗ്നി ഉണ്ടാക്കുന്നതു പോലെയോ? അസ്ഥിയിലും മജ്ജ യിലും രക്തത്തിലും ജാതിയുണ്ടോ? ചണ്ഡാലികയിൽ ബ്രാഹ ണനു സന്തതികളുണ്ടാവില്ലേ? കുറിയും കുടുമയും പൂണൂലും ജന്മ ത്തോടെ ലഭിക്കുന്നതാണോ? ശിക്ഷണമില്ലാതെയാണോ അവർക്ക് ജ്ഞാനം ലഭിക്കുന്നത്? ജനനവും മരണവും മറ്റ് കൃമികീടങ്ങളെ പ്പോലെ മനുഷ്യർക്കുമില്ലേ?

ബുദ്ധൻ തൊടുത്തുവിട്ട ഈ ചോദ്യങ്ങൾ ചെന്നുതറയ്ക്കുന്നത് ഇന്ത്യൻ ബ്രാഹ്മണ്യത്തിന്റെ പ്രത്യയശാസ്ത്രശരീരത്താണ്.

പ്രസേനജിത്ത് രാജാവ് ബുദ്ധോപദേശങ്ങളിൽ തൃപ്തനായി മട ങ്ങിപ്പോവുകയും ബുദ്ധന്റെ ഉദ്ബോധനങ്ങളും അതിന്റെ വെളിച്ചവും ഇന്ത്യയിൽ പത്തുശതാബ്ദക്കാലം നിലനിന്നതായും പറഞ്ഞ് കവിത അവസാനിക്കുകയാണ്.

ചണ്ഡാല സ്ത്രീയെ പ്രണയത്തിലൂടെ ബുദ്ധിസത്തിന്റെ ആശയ ഭൂമികയിലേക്ക് കൊണ്ടുവരുകയും അതുവഴി ജാതിമേൽക്കോയ്മയ്ക്കെ തിരെയുള്ള സംവാദപരിസരത്തെ സൃഷ്ടിക്കുകയുമായിരുന്നു ആശാൻ. ജാതിവ്യവസ്ഥയ്ക്കെതിരായി സ്നേഹത്തെ പകരം വയ്ക്കുകയാണ് ആശാൻ. ബുദ്ധിസത്തിന്റെ അന്തർധാരകൾ അതിനു ആഴം വർധിപ്പി ക്കുകയും ചെയ്യുന്നു. ദളിത്-സ്ത്രീ സംവാദങ്ങളെ സർഗാത്മക പരിസ രത്തേക്ക് കൊണ്ടുവരുന്നതിൽ ആശാന്റെ കവിതകൾ വഹിച്ച പങ്ക് ചെറു തല്ല.

10

കരുണ:
പ്രണയോദാത്തതയുടെ മറ്റൊരു മുഖം

കരുണ കുമാരനാശാന്റെ ഏറ്റവും ബഹുജന പ്രീതിയാർജിച്ച കവി തയാണ്. 1923 ലാണ് ആശാൻ *കരുണ* എഴുതി പൂർത്തിയാക്കുന്നത്. എന്നാൽ അദ്ദേഹത്തിന്റെ മരണശേഷം 1924 ലാണ് പുസ്തകരൂപത്തിൽ പ്രസിദ്ധപ്പെടുത്തിയത്. ബുദ്ധകഥയാണ് *കരുണയ്ക്കും* ആശാൻ അവ ലംബമാക്കിയിരിക്കുന്നത്. ഡോ. പോൾ കാറസ് എന്ന അമേരിക്കൻ പണ്ഡിതൻ എഴുതിയ *ദി ഗോസ്പൽ ഓഫ് ബുദ്ധ* എന്ന കൃതിയിലെ രചനയ്ക്കാധാരമായ ഭാഗത്തിന്റെ മലയാള പരിഭാഷ 'കരുണ'യുടെ ആദ്യഭാഗത്ത് ചേർത്തിട്ടുണ്ട്.

ജോസഫ് മുണ്ടശ്ശേരി എഴുതുന്നു:

ആശാന്റെ കൃതികളിൽ പലതുകൊണ്ടും പ്രഥമഗണനീയമായിട്ടുണ്ട് *കരുണ.* ദ്വിധാ അർഥവത്തായ ആ കാവ്യത്തെക്കുറിച്ച് ഇതഃപര്യന്തം ഉണ്ടായിട്ടുള്ള നിരൂപണങ്ങളുടെ എണ്ണവും വണ്ണവും മാത്രംമതി അതിന്റെ യോഗ്യതയെ വെളിപ്പെടുത്തുവാൻ[1]. ഉത്തരമധുരാപുരിയിൽ സുഖഭോഗ ങ്ങളുടെ രാജ്ഞിയായി വാണിരുന്ന വാസവദത്ത എന്ന ദേവദാസി സ്ത്രീയ്ക്ക് ഉപഗുപ്തൻ എന്ന ബുദ്ധഭിക്ഷുവിനോട് തോന്നുന്ന അനുരാ ഗവും അയാളുടെ പ്രണയതിരസ്കാരവും അതിനെത്തുടർന്നുള്ള സംഭവ വികാസങ്ങളും മാത്രമാണോ കരുണ? അത് ഉയർത്തുന്ന സംവാദമേഖ ലകളിലേക്ക് കടന്നുചെല്ലുമ്പോൾ ഒരിക്കലും പിടിതരാതെ കുതറുന്ന മനു ഷ്യമനസുകളെ കാണാം, പുരുഷമേൽക്കോയ്മയുടെ ഇരകളായ സ്ത്രീ കളെ കാണാം, ആത്മീയതയുടെയും ഭൗതികതയുടെയും അതിർവരമ്പു കൾ മാഞ്ഞുപോകുന്ന ദർശനങ്ങളെ കാണാം.

---

1. *ആശാന്റെ പദ്യകവിതകൾ* – കരുണ ജോസഫ് മുണ്ടശ്ശേരി. ഡി സി ബുക്സ്.

അനുപമകൃപാനിധിയഖിലബാന്ധവൻ ശാക്യ–
ജിനദേവൻ, ധർമ്മരശ്മി ചൊരിയുംനാളിൽ

എന്ന കാവ്യാരംഭം ബൗദ്ധസ്വാധീനമുള്ള ഒരു സാമൂഹിക ചുറ്റുപാ
ടിന്റെ സൂചനയാണ്. ഈ സാമൂഹിക പരിസരത്താണ് വാസവദത്ത എന്ന
ദേവദാസി സ്ത്രീയും ജീവിക്കുന്നത്. ഈ രണ്ടു വരികൾക്കുശേഷം വാസ
വദത്തയുടെ മാളികയെക്കുറിച്ചും അവളുടെ ശരീരവർണനകളിലേക്കു
മാണ് കവി പോകുന്നത്. മഥുരാപുരിയുടെ വടക്കുഭാഗത്ത് വിസ്തൃത
രാജവീഥിയുടെ കിഴക്കേയരുകിൽ അംബരചുംബിയായ മാളികയിലാണ്
വാസവദത്ത കഴിയുന്നത്.

കാമദേവന്റെ പട്ടമഹിഷിയെപ്പോലെയാണ് ആ മണിമന്ദിരത്തിൽ
അവൾ ശോഭിക്കുന്നത്.

ചിന്നിയ പൂങ്കുലകളാം പട്ടുതൊങ്ങൽ ചുഴുമൊരു
പൊന്നശോകം വിടുർത്തിയ കുടതൻ കീഴിൽ,

മസൃണശിലാസനത്തിൻ ചരിഞ്ഞ പാർശ്വത്തിൽ പുഷപ–
വിസൃമരസുരഭിയാമുപധാനത്തിൽ,

മെല്ലെയൊട്ടു ചാഞ്ഞും വക്കിൽ കസവു മിന്നും പൂവാട
തെല്ലളകോപരിയൊരു വശത്താക്കിയും,

കല്ലോളി വീശുന്ന കർണ്ണപുരമാർന്നും, വിടരാത്ത
മുല്ലമാല മിന്നും കുന്തൽക്കരിവാർമുകിൽ

ഒട്ടു കാണുമാറുമതിന്നടിയിൽ നന്മൃഗമദ–
പ്പൊട്ടിയന്ന മുഖചന്ദ്രൻ സ്ഫുരിക്കുമാറും.

ലോലമോഹനമായ്ത്തങ്കപ്പങ്കജത്തെ വെല്ലും വലം–
കാലിടത്തു തുടക്കാമ്പിൽ കയറ്റിവച്ചും,

രാമച്ചവിശറി പനിനീരിൽമുക്കിത്തോഴിയെക്കൊ–
ണ്ടോമൽക്കൈവള കിലുങ്ങെയൊട്ടു വീശിച്ചും,

കഞ്ജബാണൻതന്റെ പട്ടംകെട്ടിയ രാജ്ഞിപോലൊരു
മഞ്ജുളാംഗിയിരിക്കുന്നു മതിമോഹിനി.

വാസവദത്തയെക്കുറിച്ചുള്ള ഈ വർണനകളിലൂടെ ജീവിതാസ
ക്തിയുടെ നിറച്ചാർത്തുകൾ വിതറുകയാണ് കവി. വാസവദത്തയെ
വീണ്ടും വിശദമായി പരിചയപ്പെടുത്താൻ ശ്രമിക്കുന്നതിനിടയിൽ കവി
വരച്ചിടുന്ന പ്രകൃതിദൃശ്യത്തിന്റെ വർണങ്ങൾ വരുംകാല സംഭവങ്ങളിലേ
ക്കുള്ള അർഥസൂചനകളാവുന്നു:

പടിഞ്ഞാറു ചാഞ്ഞു സൂര്യൻ പരിരമ്യമായ് മഞ്ഞയും
കടും ചുവപ്പും കലർന്ന തരുക്കളുടെ

രാജൽകരകേസരങ്ങൾ വീശിടുന്നു ദൂരത്തൊരു
'രാജമല്ലി' മരം പൂത്തു വിലസുംപോലെ

പടിഞ്ഞാറു ചാഞ്ഞ സൂര്യൻ തന്റെ മഞ്ഞയും കടും ചുവപ്പും കലർന്ന കിരണങ്ങൾ വൃക്ഷത്തലപ്പിലൂടെ കാണുമ്പോൾ രാജമല്ലിമരം പൂത്തുവിലസുന്നതായി തോന്നുന്നു. ഇവിടെ മഞ്ഞനിറം ബുദ്ധഭിക്ഷു ക്കളുടെ വസ്ത്രത്തിന്റെ നിറവും വൈരാഗ്യത്തിന്റെ നിറവുമാണ്. കടും ചുവപ്പ് ജീവിത കാമനകളുടേതും[1]. ജീവിതസുഖഭോഗങ്ങളുടെയും ആത്മീ യപ്രചോദനങ്ങളുടെയും മധ്യമാർഗത്തെയും അതിന്റെ വൈരുധ്യ ങ്ങളെയും കവി ആവിഷ്കരിക്കുകയാണ്. ഉപഗുപ്തനോടുള്ള പ്രണയ ത്താൽ തിളച്ചുമറിയുന്ന ഹൃദയവുമായി അയാളെ വിളിക്കാൻ തോഴിയെ അയച്ചിട്ട് കാത്തിരിക്കുകയാണ് വാസവദത്ത.

എനിക്കു സന്ദേഹമില്ലയിക്കുറി, യോർക്കിലപ്പുമാൻ
മനുഷ്യനാണല്ലോ! നീയും ചതുരയല്ലോ"

എന്ന മുൻ വിധിയോടെ അവൾ മടങ്ങി വന്ന തോഴിയോട് ചോദിക്കു കയാണ്. തോഴിയാവട്ടെ തൊഴുകൈയോടെ വരാനുള്ള സമയമായില്ലെന്ന ഉപഗുപ്തന്റെ സന്ദേശം അറിയിക്കുകയാണ്. വാസവദത്ത ദേഷ്യത്തോ ടും സങ്കടത്തോടും കൂടി ഇങ്ങനെ പരിഭവപ്പെടുന്നു:

'സമയമായില്ല' പോലും 'സമയമായില്ല' പോലും,
ക്ഷമയെന്റെ ഹൃദയത്തിലൊഴിഞ്ഞു തോഴി,

കാടുചൊല്ലുന്നതാമെന്നെക്കബളിപ്പിക്കുവാൻ കൈയി–
ലോടുമേന്തി നടക്കുമീയുൽപലബാണൻ.

പണമില്ലാഞ്ഞുതാൻ വരാൻ മടിക്കയാവാമാസ്സാധു
ഗണികയായ്ത്തന്നെയെന്നെഗ്ഗണിക്കയാവാം.

ഗുണബുദ്ധിയാൽ ഞാൻ തോഴീ, കൊതിപ്പതുക്കോമളന്റെ
പ്രണയംമാത്രമാണെന്നു പറഞ്ഞില്ലേ നീ?

ആശാന്റെ മറ്റു നായികമാരെപ്പോലെതന്നെ പ്രണയം സ്വാതന്ത്ര്യ വും കർത്തൃത്വവുമായി വാസവദത്തയും ഇവിടെ തിരിച്ചറിയുകയാണ്. ലൈംഗികത്തൊഴിലാളിയായി ജീവിക്കേണ്ടിവരുന്ന അവൾ തന്റെ സത്വത്തെ ആവിഷ്കരിക്കുന്നത് പ്രണയത്തിലൂടെയാണ്. സ്ത്രീയെ കാമ പൂരണത്തിനുള്ള ശരീരം മാത്രമായി കണ്ടിരുന്ന പുഷാധിപത്യസമൂഹ മാണ് വാസവദത്തമാരെ സൃഷ്ടിച്ചത്. ഇതിനെതിരെയുള്ള കലാപ മായാണ് ഇവിടെ പ്രണയം പ്രവർത്തിക്കുന്നത്. താൻ വെറും ശരീരം മാത്രമല്ലെന്നുള്ള വാസവദത്തയുടെ വെല്ലുവിളിയായി രുന്നു അവളുടെ പ്രണയം. ആ പ്രണയത്തെയാണ് ഉപഗുപ്തൻ നിഷേധിച്ചിരിക്കുന്നത്.

---

1.   അതിരുകളില്ലാത്ത ആ ആശാൻകവിത, ഡോ. കുര്യാസ് കുമ്പളക്കുഴി. കറന്റ് ബുക്സ്.

പ്രണയഭംഗത്തിന്റെ മനസിൽ ധൂളിവന്നുമൂടുകയും അവളുടെ ശരീരത്തി
ലേക്ക് വർത്തകപ്രമാണി വരുകയും ചെയ്യുന്നു.

കിലുകിലെക്കിലുങ്ങുന്ന മണിമാലയാർന്ന കണ്ഠം
കുലുക്കിയും കുതിച്ചാഞ്ഞു താടയാട്ടിയും

കാള രണ്ടു വലിച്ചൊരു കാഞ്ചനക്കളിത്തേരോടി
മാളികതൻ മുമ്പിലിതാ വന്നണയുന്നു.

അപ്പോൾ വാസവദത്തയാകട്ടെ അയാളെ സ്വീകരിക്കാനായി,

കരപറ്റിനിന്നു വീണ്ടും കുണുങ്ങിത്തൻ കുളത്തിലേ–
ക്കരയന്നപ്പിടപോലെ നടന്നുപോയി.

പ്രണയത്തിന്റെ സുഗന്ധം വിതറുന്ന മനസിന്റെ ഭൂമികയിൽനിന്ന്
ഒരിക്കലും കരകയറാനാവാത്ത ജീവിതാസക്തിയുടെ കുളത്തിലേക്കാണ്
അവൾ നടന്നുപോകുന്നത്. ഇതിൽനിന്നൊരു മോചനം തനിക്കില്ലെന്ന്
വാസവദത്തയ്ക്കറിയാം. അതിനെ മാനസികതലത്തിലെങ്കിലും അതി
ജീവിക്കാനാണ് ഒരു ബുദ്ധശിഷ്യനെതന്നെ അവൾ പ്രണയിക്കുന്നത്.

കവിതയുടെ രണ്ടാം ഭാഗം ആരംഭിക്കുന്നത് നാലുമാസത്തിനുശേ
ഷമാണ്. പോയ നാലുമാസങ്ങൾ ഒരുപാട് കഥകൾ നിറഞ്ഞമാസമായിരു
ന്നു. അതിനുതെളിവാണ്, സമ്പന്നതയുടെയും സുഖഭോഗങ്ങളുടെയും
മടിയിലുറങ്ങിയിരുന്ന വാസവദത്ത ഇവിടെ യമുനാതീരത്തെ ഈ ചുടു
കാട്ടിൽ, അംഗച്ഛേദത്താൽ വികൃതരൂപിണിയായി മരണം കാത്തുകിട
ക്കുന്നത്. കൈകാലുകളും ചെവിയും മൂക്കും ഛേദിക്കപ്പെട്ടു കിടക്കുന്ന
വാസവദത്ത, കരഞ്ഞുകൊണ്ട് കാക്കയെ ആട്ടുന്ന തോഴി! ഈ രംഗം
ആരുടെയും മനസലിയിക്കുന്ന കാഴ്ചതന്നെ.

കവിതയുടെ രണ്ടാം ഭാഗം ചുടുകാടിന്റെ വാഗ്ചിത്രീകരണത്തോടെ
ആരംഭിക്കുന്നു. കുമാരനാശാന്റെ ഭാവനാവൈഭവത്തിന്റെ ഏറ്റവും വലിയ
ഉദാഹരണമായി ഈ കാവ്യഭാഗം പരിഗണിക്കപ്പെടുന്നു. ഇവിടേക്കാണ്
ഭാനുമാനിൽനിന്നു കാറ്റിൽ കടപൊട്ടിപ്പറന്നെത്തും കതിരുപോലെ തേജോ
മയനായ ഉപഗുപ്തൻ വന്നെത്തുന്നത്. ശ്മശാനത്തിൽ അംഗവിച്ഛേദനം
സംഭവിച്ച വാസവദത്തയെ കണ്ട അയാൾ,

"വാസവദത്ത' താനോയി വിപിന്നമാം പ്രിയജനം?
നീ സദയം ചൊൽക ഭദ്രേ, 'ഉപഗുപ്തൻ' ഞാൻ.

എന്ന് തോഴിയോട് ചോദിക്കുകയാണ്. ഇതുകേട്ട വാസവദത്തയിൽ
ചില ചലനങ്ങൾ പ്രത്യക്ഷപ്പെടുകയും അവൾ ദീനമായി കരയുക
യുമാണ്.

ഹാ! സുഖങ്ങൾ വെറുംജാലം, ആരറിവൂ നിയതിതൻ
ത്രാസു പൊങ്ങുന്നതും താനേ താണുപോവതും.

എന്ന താത്വികവിചാരങ്ങൾക്കുശേഷം ആശാൻ വാസവദത്ത ഈ അവസ്ഥയിലെത്തിച്ചേർന്ന സംഭവങ്ങൾ വിശദീകരിക്കുകയാണ്.

ഒട്ടുനാൾമുമ്പിവളൊരു തൊഴിലാളിത്തലവന്റെ–
യിഷ്ടകാമുകിയായ് വാണു രമിച്ചിരുന്നു

കഷ്ടകാലത്തിനപ്പോളക്കാളവണ്ടിയിൽ നാം കണ്ട
ചെട്ടിയാരതിഥിയായ്ച്ചെന്നടുത്തുകൂടി

....

....

ഒരുവനെപ്പിരിവാനുമൊരുകാലത്തു രണ്ടാളെ
വരിപ്പാനും പണിയായി വലഞ്ഞു തമ്പി

അങ്ങനെ തൊഴിലാളിത്തലവനെ അവൾ കൊന്നുതൊഴുത്തിൽ കുഴിച്ചു മൂടുകയും പിന്നീട് ഒറ്റുകാർ അവന്റെ മൃതശരീരം അവിടെനിന്ന് പുറത്തെടുക്കുകയും ചെയ്തു. അവളുടെ കടക്കണ്ണേറിലും പണത്തിലു മൊന്നും നീതിപീഠം പ്രലോഭിപ്പിക്കപ്പെട്ടില്ല. അങ്ങനെ കൊലക്കുറ്റത്തിന്റെ ശിക്ഷയായി അവളുടെ കരചരണാദികൾ ഛേദിച്ച് ചുടുകാട്ടിലെറിയപ്പെ ട്ടു. അവിടേക്കാണ് ഇപ്പോൾ ഉപഗുപ്തനെത്തിച്ചേർന്നിരിക്കുന്നത്. സമ യമായില്ലാ, സമയമായില്ലാ എന്നുപറഞ്ഞൊഴിഞ്ഞുമാറിയ അയാളുടെ വര വിന്റെ സമയം ഇതായിരുന്നു. പ്രണയത്തിന്റെ തീവ്രകാലത്ത് അവളുടെ ക്ഷണം സ്വീകരിക്കാൻ ആ യുവയോഗിക്ക് കഴിഞ്ഞിരുന്നെങ്കിൽ ഒരു പക്ഷേ ഈ തെറ്റിലേക്ക് അവൾ വീഴില്ലായിരുന്നു. അതിന്റെ കുറ്റബോധം യോഗിയുടെ അബോധത്തിൽ നിലനിന്നിട്ടുണ്ടാവാം. വാസവദത്തയുടെ പ്രണയം വിശുദ്ധമായിരുന്നു. ആ വിശുദ്ധിയെ കാണാനുള്ള ജ്ഞാന ദൃഷ്ടി അന്ന് ഉപഗുപ്തനില്ലാതെ പോയി. ആ പ്രണയനിരാസത്തിന്റെ വേദനകളാണ് വീണ്ടും അവളെ അരയന്നപ്പിടയെപ്പോലെ വർത്തകപ്ര മാണിയിലേക്ക് നടന്നുപോകാൻ പ്രേരിപ്പിച്ചത്. എങ്കിലും അവളുടെ പ്രണ യത്തിന് ഈ അവസ്ഥയിലും മാറ്റമൊന്നും സംഭവിക്കുന്നില്ല.

അക്കിടപ്പിലുമവളാ യുവമുനിയെ വീക്ഷിപ്പാൻ
പൊക്കിടുന്നു, തല, രാഗവൈഭവം കണ്ടോ!

എന്നാണ് ആശാൻ വാസവദത്തയുടെ പ്രണയത്തെ ആവിഷ്കരി ക്കുന്നത്. ശരീരത്തിനപ്പുറമുള്ള പ്രണയമായിരുന്നു അവളുടേതെന്നതിന് ഇതിൽപ്പുറമൊരു ഉദാഹരണം ആവശ്യമില്ല.

കൈകൾ പിന്നിൽ ചേർത്ത് തന്റെ സമീപം കുനിഞ്ഞ് നിൽക്കുന്ന ഉപഗുപ്തനോട് മറ്റുള്ളവർക്ക് കേൾക്കാനാവാത്തവിധം വാസവദത്ത എന്തോ പറയുന്നു. അതിനു മറുപടിയായി ഉപഗുപ്തൻ ഇങ്ങനെ പറ യുന്നു:

> "ഇല്ല, ഞാൻ താമസിച്ചുപോയില്ലടോ സരളശീലേ–
> യല്ലിൽ നീയിന്നെന്നെച്ചൊല്ലിയാർന്നിടായ്കടോ
>
> ശോഭനകാലങ്ങളിൽ നീ ഗമ്യയായില്ലെനിക്കു, നിൻ
> സൗഭഗത്തിൽ മോഹമാർന്ന സുഹൃത്തല്ല ഞാൻ.

ഉപഗുപ്തന്റെ ഈ മറുപടിയിൽ നിന്ന് വാസവദത്തയുടെ അവ്യ
ക്തമായ വാക്കുകൾ നമുക്ക് വായിച്ചെടുക്കാം. "സമയമായില്ലെന്ന് പറ
ഞ്ഞുകൊണ്ട് എന്റെ പ്രണയത്തെ അങ്ങ് തിരസ്കരിച്ചുകൊണ്ടേയിരു
ന്നു. അവസാനം അങ്ങ് എത്തിയപ്പോഴോ വളരെ താമസിച്ചുപോയി."
അവളുടെ വാക്കുകൾ ഹൃദയഭേദകമാണ്. വിമോചനത്തിന്റെയും സ്വത്വ
ബോധത്തിന്റെയും സ്ത്രീയനുഭവങ്ങളെ തിരിച്ചുപിടിക്കാനുള്ള വാസവ
ദത്തയുടെ ശ്രമങ്ങളാണ് ഇവിടെ തകർന്നുകിടക്കുന്നത്. ഉപഗുപ്തൻ
അവളുടെ നെറ്റിയിൽ തലോടുകയും ആസന്നമരണയായ അവൾ ഒന്നു
മുറിയാടാതെ വികാരനിർഭരയായി യോഗിയുടെ സൂക്തങ്ങൾ ശ്രവിച്ച്
മരണം വരിക്കുകയും ചെയ്യുന്നു.

വാസവദത്ത ഉപഗുപ്തനോടുള്ള അചഞ്ചലമായ സ്നേഹത്തെ നില
നിർത്തിക്കൊണ്ടാണ് മരണത്തിലേക്ക് ആണ്ടുപോകുന്നത്. ഉപഗുപ്തൻ
നളിനിയിലെ ദിവാകരനെപ്പോലെ അവളുടെ നിഷ്കളങ്കമായ സ്നേ
ഹത്തെ അംഗീകരിക്കുന്നുണ്ട്. എന്നാൽ ഉപഗുപ്തന്റെ കരുണയ്ക്കാണോ
വാസവദത്തയുടെ പ്രണയത്തിനാണോ ആശാൻ മുൻതുക്കംകൊടുത്തി
രിക്കുന്നതെന്ന സന്ദേഹം പല നിരൂപകരും ഉന്നയിച്ചിട്ടുണ്ട്. പ്രൊഫ. എം
പി പണിക്കർ എഴുതുന്നു:

> ആശാന്റെ സത്വത്തിന്റെ സ്വഭാവം കലർന്ന കഥാപാത്രമാണ് ഉപ
> ഗുപ്തനെന്നതുകൊണ്ട് ഉപഗുപ്തനോട് ആശാൻ പ്രത്യേക മമ
> തയും ആദരവുമുണ്ടെന്ന് സമ്മതിക്കുന്നു. ആ ഉപഗുപ്തന്റെ സേവ
> നോത്സുകമായ, സ്നേഹാർദ്രമായ മനുഷ്യത്വത്തെ അഥവാ കരു
> ണയെ ആശാൻ വിലമതിക്കുന്നുണ്ടെന്നതും നിഷേധിക്കാനാ
> വാത്ത സത്യമാണ്. കാവ്യാവസാനഭാഗം ഇപ്പറഞ്ഞതിന് വേണ്ടത്ര
> തെളിവുകൾ നൽകുന്നുണ്ട്. പക്ഷേ ഉപഗുപ്തന്റെ കരുണ തന്നെ
> ആകർഷോജ്വലമാകുന്നത് അതിന് വാസവദത്തയ്ക്ക് ആത്മശാന്തി
> നൽകാൻ കഴിയുന്നതുകൊണ്ടാണെന്ന കാര്യം മറക്കരുത്. അതേ
> സമയം ആ കരുണയ്ക്ക് ആ കഴിവ് നൽകുന്നത് കൂടുതലും വാസ
> വദത്തയുടെ അകൃത്രിമ കഴിവുകൊണ്ടാണെന്ന കാര്യം മറക്ക
> രുത്. (മലയാള ഖണ്ഡകാവ്യങ്ങൾ ഒരു പഠനം: കേരള ഭാഷാ
> ഇൻസ്റ്റിറ്റ്യൂട്ട്)

പ്രണയവും ശരീരകാമനകളും ആത്മീയമായ സംഘർഷങ്ങളും കരു
ണയിൽ ഒരേപോലെ പ്രവർത്തിക്കുന്നത് കാണാം. വാസവദത്ത ശരീര
കേന്ദ്രിതമായ തന്റെ ജീവിതത്തിന്റെ പ്രതിരോധമായാണ് പ്രണയത്തെ

കാണുന്നത്. ശരീരത്തിന്റെ ബദൽ എന്നനിലയ്ക്കുള്ള വിമോചനമായി രുന്നു വാസവദത്തയ്ക്ക് പ്രണയം. വാസവദത്തയുടെ ഈ പ്രണയസ ങ്കൽപ്പനങ്ങളെ, അതിന്റെ വിമോചനാംശത്തെ, മനസിലാക്കാൻ ഉപഗു പ്തന് കഴിഞ്ഞില്ല. വാസവദത്തയെ ബ്രാഹ്മണ-പുരുഷാധിപത്യസമു ഹം ഒരു അഭിസാരിക മാത്രമായാണ് കണ്ടത്. അതിൽനിന്ന് വ്യത്യസ്ത മായ കാഴ്ചകളെ സ്വാംശീകരിക്കാൻ ഉപഗുപ്തനു കഴിഞ്ഞിരുന്നില്ല എന്നു വേണം മനസിലാക്കാൻ. അയാൾ അധീശപൊതുബോധത്തിന്റെ തടവറയിലായിരുന്നു. ഇപ്പോൾ ഈ ചുടുകാട്ടിലെത്തുമ്പോഴും നിന്റെ ശോഭനകാലങ്ങളിലെ സൗന്ദര്യത്തിന്റെ സുഹൃത്തല്ല എന്നയാൾ അവ ളോട് പറയുന്നുണ്ട്. അതിൽ നിന്ന് ഉപഗുപ്തൻ വാസവദത്തയെ മന സിലാക്കിയിട്ടില്ല എന്നുവേണം കരുതാൻ.

എങ്കിലും അയാളുടെ അബോധങ്ങളിൽ അവളോടുള്ള പ്രണയം ഊറിവരുന്നത് കാണാം. അവളുടെ ഈ അവസ്ഥയിൽ അയാൾക്ക് യഥാർഥ ദുഃഖമുണ്ട്. മാത്രമല്ല, ചെറിയ കുറ്റബോധവും.

കരയായ്ക ഭഗിനീ, നീ കളക ഭീരുത, ശാന്തി
വരും, നിന്റെ വാർനെറുക ഞാൻ തലോടുവാൻ.

എന്നുപറഞ്ഞുകൊണ്ട് അവളുടെ നെറ്റിയിൽ തലോടുകയും ശാശ്വ തശാന്തിയുടെ പരമതത്വം ചെവിയിൽ ഓതിക്കൊടുക്കയും ചെയ്യുന്നു. ആരെയാണോ താൻ പ്രണയിച്ചത് അയാളുടെ വിരൽ സ്പർശത്തിലൂടെ മരണത്തിലേക്ക് കടന്നുപോവുകയായിരുന്നു വാസവദത്ത. ഉപഗുപ്തനും തോഴിയും ചേർന്ന് അവൾക്ക് ചിതയൊരുക്കി.

ആ മഹാന്റെ കണ്ണിൽനിന്നാച്ചാമ്പലിലൊരശ്രുകണ–
മാമലകീഫലംപോലെയടർന്നുവീണു.

ഈ കണ്ണുനീരിനെച്ചൊല്ലി മലയാള കാവ്യപരിസരത്തു നിരവധി സംവാദങ്ങൾ ഉണ്ടായിട്ടുണ്ട്. ആ കണ്ണുനീരിലൂടെ മനുഷ്യമനസിന്റെ കാണാക്കയങ്ങളിലേക്ക് പലരും തുഴഞ്ഞുപോയിട്ടുണ്ട്. സ്നേഹത്തിന്റെ നാനാർഥങ്ങൾ തേടി യാത്രപോകാൻ നമ്മെ ക്ഷണിക്കുന്ന ഈ വരി കൾ മലയാള കവിതയിലെ ഏറ്റവും സർഗാത്മകമായ മുഹൂർത്തത്തെ യാണ് അടയാളപ്പെടുത്തുന്നത്.

യഥാർഥത്തിൽ ഉപഗുപ്തനിൽനിന്നടർന്നു വീണ കണ്ണുനീരിൽ സമ്മിശ്ര വികാരങ്ങളുടെ ഉപ്പുകലർന്നിട്ടുണ്ട്. അത് പ്രണയത്തിന്റെ, കുറ്റ ബോധത്തിന്റെ, മരണമെന്ന വേർപാടിന്റെ അങ്ങനെ ഇനിയും കണ്ടെടുക്ക പ്പെടാനിരിക്കുന്ന മാനസിക പ്രയാണങ്ങളെയാണ് സാക്ഷ്യപ്പെടുത്തു ന്നത്.

കരുണ എന്ന കവിതയിലൂടെ ആശാൻ പറയാൻ ശ്രമിക്കുന്നത് സ്നേഹം തന്നെയാണ്. അത് അക്കാലത്തെ ശൃംഗാരമല്ല. ആധുനികമായ ഒരു വികാരമെന്നനിലയിലാണ്, മനുഷ്യമനസിന്റെ ഉദാത്തമായ ഒരവസ്ഥ

എന്ന നിലയ്ക്കാണ് ആശാൻ സ്നേഹത്തെക്കാണുന്നത്. ബൗദ്ധദർശ നത്തിന്റെ പ്രകാശങ്ങൾ വീണുകിടക്കുന്ന കരുണയിൽ ബ്രാഹ്മണ്യവും ജാതി മേൽക്കോയ്മയും പുറത്തുനിർത്തിയ മനുഷ്യരുടെയും അതുവരെ അഭാവത്തിലാണ്ടുപോയ വിഷയങ്ങളെയും സംവാദത്തിന്റെ പരിസര ത്തേക്ക് കൊണ്ടുവരാൻ അദ്ദേഹത്തിനു കഴിഞ്ഞു. കരുണ അഥവാ അനു കമ്പയും സ്നേഹവും തമ്മിലുള്ള വൈരുധ്യാതിഷ്ഠിത ബന്ധത്തെ ആവി ഷ്കരിച്ചുകൊണ്ട് ജനാധിപത്യബോധത്തിന്റെ സാംസ്കാരിക സന്ദർഭ ങ്ങളെ വികസിപ്പിക്കാനുള്ള ശ്രമങ്ങളും ഈ കവിതയിൽ കണ്ടെത്താ നാവും.

ആശാന്റെ മറ്റ് കൃതികൾ

സ്തോത്രകൃതികൾ (1901)

സൗന്ദര്യലഹരി (1901)

ബാലരാമായണം (1916)

ശ്രീബുദ്ധചരിതം (1915)

ഗ്രാമവൃക്ഷത്തിലെ കുയിൽ (1918)

പുഷ്പവാടി (1922)

മണിമാല (1924)

വനമാല (1925)

ശാരദാബുക്ക് ഡിപ്പോ ഉൾപ്പെടുത്താത്ത ആശാന്റെ കവിതകൾ ഡി സി ബുക്സ് പുറത്തിറക്കിയ *ആശാന്റെ പദ്യകൃതികൾ* എന്ന പുസ്തക ത്തിൽ ഉൾപ്പെടുത്തിയിട്ടുണ്ട്.

കുമാരനാശാന്റെ മരണം പത്രവാർത്തയിൽ

തിരുവിതാംകൂറിലെ ഭയങ്കരമായ ഒരു തീബോട്ടപകടം പ്രസിദ്ധ കവി കുമാരനാശാന്റെ ദേഹവിയോഗം

ആലപ്പുഴ, ജനുവരി 18-ാം തീയതി ബുധനാഴ്ച രാത്രി കൊല്ലത്തു നിന്ന് ആലപ്പുഴയ്ക്ക് പുറപ്പെട്ട റെഡീമർ എന്ന തീ ബോട്ട് തൃക്കുന്നപ്പു ഴയ്ക്കും തോട്ടപ്പള്ളിക്കും മധ്യത്തിലുള്ള പല്ലന എന്ന സ്ഥലത്തുവച്ച് തലകീഴായി മറിഞ്ഞ് മുങ്ങിപ്പോയിരിക്കുന്നു. ഇതിൽ 25 ആളുകളെ കയ റ്റുവാൻ മാത്രമേ ലൈസൻസ് കൊടുത്തിട്ടുണ്ടായിരുന്നുള്ളൂ. പക്ഷേ, അതിൽ ഇരട്ടിയിലധികം ആളുകളെ കയറ്റീട്ടുണ്ടായിരുന്നു. ചിലർ ബോട്ടിന്റെ തട്ടിന്മേൽ കൂടി തിങ്ങി വിങ്ങി ഇരിക്കേണ്ടി വന്നുവെന്നുമാണ് അറിയുന്നത്. അവിടെ രണ്ടാം ക്ലാസ്സിൽ അനവധി ജനങ്ങൾ ഇരുന്നിരു ന്നു. വ്യാഴാഴ്ച 5 മണിക്ക് പല്ലനയിലെത്തി. അവിടെ ഒരു വളവിൽക്കൂടി ബോട്ട് തിരിയുമ്പോൾ മുകളിലെ ഭാരം കൊണ്ടും ഓളത്തിന്റെ ശക്തി കൊണ്ടും ബോട്ട് പെട്ടെന്ന് കീഴ്ക്കാംതൂക്ക് മറിഞ്ഞുപോയി. യാത്രക്കാ രിൽ പലരും തൽക്ഷണം വെള്ളത്തിൽ ചാടി നീന്തി കരയ്ക്കെത്തി രക്ഷ പ്പെട്ടു. പക്ഷേ, പെട്ടെന്ന് ഉണ്ടായ പരിഭ്രമം നിമിത്തം ഒന്നാം ക്ലാസിലിരു ന്നിരുന്ന സ്ത്രീകളും കുട്ടികളും എല്ലാം വെള്ളത്തിൽ മുങ്ങി മരിച്ചു പോയി. 18-ന് വൈകുന്നേരം എൺപതിലധികം മൃതശരീരങ്ങൾ കിട്ടി യിട്ടുണ്ട്. നൂറ്റിൽ ചിലാനം ആളുകൾ രക്ഷപ്പെട്ടിട്ടുമുണ്ട്.

കുമാരനാശാൻ

മൃതശരീരങ്ങളുടെ കൂട്ടത്തിൽ ഒരു പ്രസിദ്ധ കവിയും തീയ്യസമുദാ യത്തിലെ ഒരു പ്രസിദ്ധ നേതാവും തിരുവിതാംകൂർ നിയമനിർമ്മാണസ ഭയിലേയും ശ്രീമൂലംപ്രജാസഭയിലേയും ഒരു അംഗവും എസ് എൻ ഡി

പി യോഗത്തിന്റെ ഒരു കാര്യദർശിയുമായിരുന്ന ശ്രീമാൻ എൻ കുമാര നാശാന്റെ മൃതശരീരവും കിട്ടുകയുണ്ടായി. ആശാന്റെ മൃതശരീരം കരയ്ക്കു കയറ്റിയപ്പോൾ കൂടിയിരുന്ന ജനങ്ങൾക്ക് കണക്കുണ്ടായിരു ന്നില്ല. ഇദ്ദേഹം ഒരു സാമുദായിക സഭ ആധ്യക്ഷം വഹിക്കുവാനായി കൊല്ലത്തേക്ക് പോയിരുന്ന വഴിക്കാണ് ഈ അപകടം സംഭവിച്ചത്. ഇദ്ദേ ഹത്തിന് 51 വയസ്സ് പ്രായമായിരുന്നു. ഭാര്യയും രണ്ടു ചെറിയ കുട്ടികളു മുണ്ട്. ഇദ്ദേഹത്തിന്റെ ദേഹവിയോഗം മലയാളസാഹിത്യത്തിനും അധഃകൃ തവർഗക്കാർക്കും തിരുവിതാംകൂർ രാജ്യത്തിനും നഷ്ടമായിത്തീർന്നിട്ടു ണ്ടെന്നതിന് സംശയമില്ല.

മാതൃഭൂമി പത്രം 1924 ജനുവരി 22

കുമാരനാശാന്റെ ജീവിതത്തിലെ പ്രധാനസംഭവങ്ങൾ ഒറ്റനോട്ടത്തിൽ

1873 — ചിറയിൻകീഴ് താലൂക്കിലെ കായിക്കരയിൽ ഏപ്രിൽ 12-ാം തീയതി കുമാരനാശാൻ ജനിച്ചു. പിതാവ് നാരായണൻ, അമ്മ കാളിയമ്മ.

1887 — കായിക്കരെസ്കുളിൽ നിന്ന് നാലാം ക്ലാസ് പരീക്ഷ പാസ്സായി

1891 — ശ്രീനാരായണഗുരുവിന്റെ ശിഷ്യനായി.

1895 — സംസ്കൃതത്തിൽ ഉന്നതപഠനത്തിനായി ബാംഗ്ലൂരിലേക്ക് പോയി.

1898 — ഉന്നതവിദ്യാഭ്യാസത്തിനായി കൽക്കത്തയിലേക്ക്

1900 — തിരിച്ചു നാട്ടിലേക്ക് വരുന്നു.

1903 — എസ് എൻ ഡി പി യോഗത്തിന്റെ ആദ്യസെക്രട്ടറിയാവുന്നു.

1904 — വിവേകോദയത്തിന്റെ പ്രസിദ്ധീകരണം ആരംഭിച്ചു.

1907 — വീണപൂവ് പ്രസിദ്ധീകരിക്കുന്നു

1909 — ഒരു സിംഹപ്രസവം എഴുതി.

1911 — നളിനി പ്രസിദ്ധീകരിച്ചു. പ്രജാസഭയിലേക്ക് നാമനിർദേശം ചെയ്യപ്പെട്ടു.

1913 — ലീല പ്രസിദ്ധീകരിച്ചു. ശാരദ ബുക്ക് ഡിപ്പോ സ്ഥാപിക്കുന്നു.

1918 — വിവാഹിതനാവുന്നു.

1919 — യോഗത്തിൽ നിന്ന് രാജിവയ്ക്കുകയും *പ്രതിഭ*യുടെ പത്രാധി സ്ഥാനം ഏറ്റെടുക്കുന്നു.

1922 — വെയിൽസ് രാജകുമാരനിൽനിന്ന് പട്ടും വളയും സ്വീകരിക്കുന്നു.

1923 — എസ് എൻ ഡി പി യോഗം വാർഷിക അദ്ധ്യക്ഷൻ.

1923 — കൊല്ലത്തുനിന്ന് നിയമസഭയിലേക്ക് മത്സരിക്കുന്നു.

1924 — പല്ലനയാറ്റിലെ ബോട്ടപകടത്തിൽ അന്തരിച്ചു.

ആശാനെക്കുറിച്ചുള്ള ആദ്യകാല പുസ്തകങ്ങൾ

നളിനി ഒരു നിരൂപണം	– ജി രാമൻ മേനോൻ (1912)
ലീലാനിരൂപണം	– കേരളപണ്ഡിതൻ (1920)
നളിനീവ്യാഖ്യാനം	– കെ അയ്യപ്പൻ (1929)
ആശാന്റെ നായികമാർ	– എ പരമേശ്വരൻപിള്ള (1930)
മഹാകവി കുമാരനാശാൻ	– കുന്നത്ത് ജനാർദനമേനോൻ (1933)
കരുണയും കുചേലവൃത്തവും	– സ്വാമി ആര്യഭടൻ (1936)
കുമാരനാശാന്റെ ജീവചരിത്രം	– വാസവപ്പണിക്കർ (1945)
സ്നേഹഗായകൻ	– കെ ജെ അലക്സാണ്ടർ (1945)
ആശാൻ	– പി ബ്രഹ്മമോഹൻ (1945)
മാറ്റൊലി	– നടുവിൽമഠം ശങ്കരനാരായണയ്യർ (1948)
വിചാരവേദി	– കെ ബാലരാമപ്പണിക്കർ (1949)
സീതയിലെ ആശാൻ	– പൊൻകുന്നം ദാമോദരൻ (1950)
ആശാന്റെ കവിതകളിൽക്കൂടി	– കെ എ കൃഷ്ണൻ (1951)
കുമാരനാശാൻ ചില സ്മരണകൾ	– കെ സദാശിവൻ (1951)
ആശാന്റെ സീതാകാവ്യം	– സുകുമാർ അഴീക്കോട് (1954)
കുമാരാസ്വാദനം	– ആന്റണി കുഞ്ഞക്കാരൻ (1957)
മഹാകവി കുമാരനാശാൻ	– സി ഒ കേശവൻ (1958)
കുമാരനാശാൻ	– കെ സുരേന്ദ്രൻ (1963)
ആശാന്റെ കാവ്യോപക്രമം	– കെ ശങ്കരൻ (1963)
കുട്ടികളുടെ ആശാൻ	– എ സി ഗോവിന്ദൻ (1964)
ആശാൻ സ്മരണകൾ	– സി വി കുഞ്ഞുരാമൻ (1965)

ആശാൻ വിമർശനത്തിന്റെ
ആദ്യരശ്മികൾ(ഒന്നാം ഭാഗം)   –   മൂർക്കോത്ത് കുമാരൻ (1966)
ആശാൻ വിമർശനത്തിന്റെ
ആദ്യരശ്മികൾ(രണ്ടാം ഭാഗം)   –   മൂർക്കോത്ത് കുമാരൻ (1967)
ആശാന്റെ ഹൃദയം   –   പി കെ നാരായണപിള്ള (1960)
മാംസനിബദ്ധമല്ല രാഗം   –   വി ടി ഗോപാലകൃഷ്ണൻ (1969)
കാവ്യകല കുമാരനാശാനിലൂടെ   –   പി കെ ബാലകൃഷ്ണൻ (1970)
ആശാൻ കവിത ഒരു പഠനം   –   ജോസഫ് മുണ്ടശ്ശേരി (1971)
ആശാന്റെ മാനസപുത്രിമാർ   –   ജയകുമാർ ചെഞ്ചേരി (1971)
ആശാനിലെ ദാർശനികൻ   –   ചെറിയാൻ കുനിയന്തോടത്ത് (1971)
ശ്രീനാരായണഗുരുവും
കുമാരനാശാനും   –   എം കെ സുകുമാരൻ (1971)
ആശാന്റെ സീത   –   എൻ കോയിത്തട്ട (1972)
ദിവ്യകോകിലം   –   കെ ശ്രീനിവാസൻ– (1972)
Kumaranasan   -   K M George (1972)
Kumaranasan   -   G Kumarappillai (1972)
Asan and Social
Revolution in Kerala   -   T K Raveendran (1972)
ദുരവസ്ഥ ഒരു പഠനം   –   കേശവൻനായർ (1973)
നവചക്രവാളം നളിനിയിലും മറ്റും –   കെ എം ഡാനിയേൽ (1973)
ആശാൻ നവോത്ഥാനത്തിന്റെ കവി– തായാട്ട് ശങ്കരൻ (1973)
അറിയപ്പെടാത്ത ആശാൻ   –   ടി ഭാസ്കരൻ (1973)
ആശാൻ നിഴലും വെളിച്ചവും   –   എ പി പി നമ്പൂതിരി (1973)
ആശാനും സ്തുതിഗായകരും   –   സി നാരായണപിള്ള (19734)
ആശാന്റെ വിചാരശൈലി   –   പി ഭാസ്കരനുണ്ണി (1974)
Kumaranasan-
Poetry and Renaissence   -   ed. M Govindan (1974)
ആശാൻ ഗ്രന്ഥസൂചിക   –   എം എം ബഷീർ (1975)
(ലിസ്റ്റ് അപൂർണം)

റഫറൻസ്

1 കുമാരനാശാൻ-കെ അശോകൻ-കേരള ഹിസ്റ്ററി അസോസിയേ ഷൻ, കൊച്ചി.

2 കാവ്യകല കുമാരനാശാനിലൂടെ-പി കെ ബാലകൃഷ്ണൻ- സാഹിത്യ പ്രവർത്തക സഹകരണസംഘം

3 മലയാള ഖണ്ഡകാവ്യങ്ങൾ ഒരു പഠനം-പ്രൊഫ. എം പി പണി ക്കർ, കേരള ഭാഷാ ഇൻസ്റ്റിറ്റ്യൂട്ട്

4 വീണപൂവ് കണ്മുമ്പിൽ-കെ എം ഡാനിയേൽ-പി കെ ബ്രദേഴ്സ്

5 കുമാരനാശാൻ- പ്രൊഫ. എം കെ സാനു-കേരള സർവകലാശാല

6 അതിരുകളില്ലാത്ത ആശാൻ കവിത- ഡോ.കുര്യാസ് കുമ്പളക്കു ഴി- കറന്റ് ബുക്സ്

7 വീണപൂവിന്റെ നൂറ്റാണ്ട്-സമാഹരണം- സി എ അനസ്-പ്രണത ബുക്സ്

8 മലയാളവിമർശം, 2007, ഡിസംബർ വീണപൂവ് പഠനങ്ങൾ

9 ആശാൻ ഉള്ളൂർ വള്ളത്തോൾ- ഡോ. എം എം ബഷീർ-മാരാർ സാഹിത്യ പ്രകാശം

10 കുട്ടികളുടെ കുമാരനാശാൻ-വിശ്വമംഗലം സുന്ദരേശൻ-ഗൗതാ ബുക്സ്

11 വിവേകോദയം-ജനുവരി ഫെബ്രുവരി മാർച്ച് 2008-കുമാരനാശാൻ ദേശീയ സാംസ്കാരിക ഇൻസ്റ്റിറ്റ്യൂട്ട്, തോന്നയ്ക്കൽ

12 മലയാള സാഹിത്യത്തിലെ കീഴാളപരിപ്രേക്ഷ്യം-ടി കെ അനിൽ കുമാർ-കേരള സാഹിത്യ അക്കാദമി

13 ദളിത് പഠനം-സ്വത്വം സംസ്കാരം സാഹിത്യം-ഡോ. പ്രദീപൻ പാമ്പിരികുന്ന്- കേരള ഭാഷാ ഇൻസ്റ്റിറ്റ്യൂട്ട്

14 ദളിത് സാഹിത്യപ്രസ്ഥാനം – കെ സി പുരുഷോത്തമൻ-കേരള സാഹിത്യ അക്കാദമി

15 സമ്പൂർണ്ണ മലയാളസാഹിത്യചരിത്രം – എഡി. പന്മനരാമചന്ദ്രൻ നായർ-കറന്റ് ബുക്സ്

16 മലയാള സാഹിത്യചരിത്രം – പി കെ പരമേശ്വരൻ നായർ-സാഹിത്യ അക്കാദമി ന്യൂ ഡൽഹി.

17. ആശാന്റെ പദ്യ കൃതികൾ – ഡി സി ബുക്സ്